ഗ്രീൻ ബുക്സ്

മഴപ്പക്ഷി

ഹിമ സാറ ജേക്കബ്

ആലപ്പുഴ ജില്ലയിൽ മാവേലിക്കരയിൽ ജനനം.
പിതാവ്: മേൽപാടം തോട്ടുമാലിൽ
അഡ്വ. ജേക്കബ് ടി. കോശി.
മാതാവ്: പൊന്നമ്മ ജേക്കബ്.
വിദ്യാഭ്യാസം: ബിരുദാനന്തര ബിരുദം-
ഇംഗ്ലീഷ് സാഹിത്യം,
കമ്മ്യൂണിക്കേഷൻ & ജേണലിസം.
പുരസ്കാരങ്ങൾ: വനിത ചെറുകഥ,
മലയാള മനോരമ ചെറുകഥ,
കാവ് പരിസ്ഥിതി സംസ്ഥാന സമിതി ചെറുകഥ.
സ്കൂൾ കോളേജ് പഠനകാലത്ത് ക്ലാസിക്കൽ
നൃത്തത്തിൽ സംസ്ഥാന യുവജനോത്സവം
യൂണിവേഴ്സിറ്റി ജേതാവ്. ആലപ്പുഴ ജില്ല
വനിത ക്രിക്കറ്റ് ടീം അംഗമായിരുന്നു.
ഭർത്താവ്: തിരുവല്ല കണ്ണോത്ത് റോയ് ഏബ്രഹാം
മക്കൾ: റീവ്, റിയാൻ
ദുബായിയിൽ സ്വകാര്യ കമ്പനിയിൽ
സെയിൽസ് ടീം ലീഡ് ആയി ജോലി.
Email: hima.sarah.abraham@gmail.com

കഥ

മഴപ്പക്ഷി

ഹിമ സാറ ജേക്കബ്

ഗ്രീൻ ബുക്സ്

green books private limited
gb building, civil lane road, ayyanthole,
thrissur- 680 003, kerala, ph: +91 487-2381066, 2381039
website: www.greenbooksindia.com
e-mail: info@greenbooksindia.com

branches:
thrissur 8589095302
thiruvananthapuram 8589095301
kozhikode 8589095307

malayalam
mazhappakshi
story
by
hima sarah jacob

published october 2024

cover design: reeve sam abraham

printed in india
manipal technologies ltd

isbn : 978-93-48125-25-5

GBPL/1392/2024

സമർപ്പണം

എല്ലാ സ്വാതന്ത്ര്യവും തന്ന് വളർത്തിയ,
കുസൃതികൾക്കെല്ലാം കൂട്ടുനിന്ന,
മണ്ണിനെയും മനുഷ്യരെയും
സ്നേഹിക്കാൻ പഠിപ്പിച്ച അപ്പയ്ക്കും...

വേദനകൾ തോൽവികൾ അല്ലെന്നും
അനുഭവങ്ങൾ പ്രചോദനം ആണെന്നും പറഞ്ഞു
മുന്നോട്ടു പോകാനുള്ള ഊർജം പകർന്ന അമ്മയ്ക്കും...

കളിച്ചും കലഹിച്ചും ഇന്നോളം കൂടെ നടന്ന്
കരുത്ത് നൽകിയ സഹോദരങ്ങൾക്കും...

വിജയത്തിലും പരാജയത്തിലും
കൈകോർത്തു കൂടെ നിന്ന ജീവിതപാതിക്കും...

ഹൃദയമിടിപ്പിനേക്കാൾ എന്നോട്
ചേർന്ന് നിൽക്കുന്ന രണ്ടു മക്കൾക്കും...

ആകാശത്തേക്കാൾ വിശാലമായ സൗഹൃദം
പങ്കുവെച്ച സുഹൃത്തുക്കൾക്കും...

ശ്വാസത്തോളം എന്റെ പ്രാണനിൽ
കലർന്ന് പോയ പ്രണയത്തിനും...

സ്നേഹമായും സങ്കടമായും എന്നെ
ജീവിതം പഠിപ്പിച്ച എല്ലാവർക്കും..

നിങ്ങളോരോരുത്തർക്കും...

സ്നേഹത്തോടെ എന്റെ
ആദ്യ കഥാസമാഹാരം സമർപ്പിക്കുന്നു!

കഥകൾ

മഴപ്പക്ഷി

ഏഴുമണിയായിട്ടും പുറത്ത് വെട്ടം വീണിട്ടില്ല. തണുപ്പിനും കുറവില്ല. പരുപരുത്ത കട്ടിയുള്ള പുതപ്പ് ഒന്നുകൂടി അവൾ മേലേക്ക് വലിച്ചിട്ടു. പിന്നെയാണോർത്തത്, ഇങ്ങനെ കിടന്നാൽ ശരിയാവില്ല. ഉടനെത്തന്നെ റെഡിയായി ഇറങ്ങണം. എയർപോർട്ടിലെത്തേണ്ട സമയമാകുന്നു.

അഞ്ച് വർഷത്തിനുശേഷം നാട്ടിലേക്കുള്ള യാത്ര. അത് ഓർത്തപ്പോൾത്തന്നെ മാലിനിയുടെ ഉറക്കമെല്ലാം പോയി.

വാതിലിൽ മുട്ടു കേട്ടപ്പോൾ അവൾ മെല്ലെയെഴുന്നേറ്റു. ജോലിക്കു പോകാൻ തയ്യാറായ കൂട്ടുകാർ യാത്ര പറയാൻ വന്നതാണ്. ശുഭയാത്രയാശംസിച്ച് അവർ പോയി. യാത്രയാക്കാനൊന്നും ആരുമുണ്ടാവില്ല. ഒരു ടാക്സി വിളിച്ച് എയർപോർട്ടിലേക്കങ്ങ് പോവുക. അത്രതന്നെ. അവരവരുടെ കാര്യങ്ങൾ അവരവർ ചെയ്യുക. ഇവിടെ മറ്റുള്ളവരുടെ സ്വകാര്യതയിലേക്ക് ആരും കടന്നുവരില്ല. സ്വസ്ഥം, സുഖം!

ജനാലച്ചില്ലുകളിലെ മഞ്ഞ് പല പല ചിത്രങ്ങൾ വരച്ച് ഉരുകിയിറങ്ങിത്തുടങ്ങിയപ്പോൾ മാലിനി പിന്നാമ്പുറത്തേക്കുള്ള വാതിലുകൾ തുറന്നു. സൂര്യൻ ചെറുതായി പ്രകാശിച്ചു തുടങ്ങിയിരിക്കുന്നു. ഗാർഡനിലെ പുൽത്തലപ്പുകളിൽ മഞ്ഞുതുള്ളികൾ പറ്റിയിരിക്കുന്നു. അവൾ സ്വെറ്ററിട്ട് മുറ്റത്തേക്കിറങ്ങി. യൂറോപ്പിന്റെ സൗന്ദര്യം മുഴുവനും ഈ നാടിനുണ്ട്. മനോഹരമായ പ്രകൃതി. പൗരാണികതയും വാസ്തുഭംഗിയും ഒത്തുചേർന്ന കെട്ടിടങ്ങൾ. സ്നേഹവും സഹകരണവുമുള്ള നാട്ടുകാർ.

അമ്മയെ ഒരിക്കലിവിടെ കൊണ്ടുവരണം, മാലിനിയോർത്തു. അമ്മയ്ക്കിവിടം ഏറെ ഇഷ്ടമാകും. നാട്ടിലിപ്പോൾ മഴ തകർത്തു പെയ്യുന്നുണ്ടാവും. നാളത്തെ മഴ നനയാൻ താനുമുണ്ടാകുമെന്നോർത്തപ്പോൾത്തന്നെ അവളുടെ കൈത്തണ്ടയിലേക്ക് ഏതോ ഇലത്തു

മ്പിൽനിന്ന് ഒരു മഞ്ഞുതുള്ളിയടർന്നു വീണു. അവൾക്ക് അമ്മ യോട് സംസാരിക്കണമെന്ന് തോന്നി.

"മൈ സ്വീറ്റ് ഹോം" എന്ന് സേവ് ചെയ്തിരിക്കുന്ന നമ്പരിലേക്ക് വിളിക്കുമ്പോൾ ഹൃദയമിടിപ്പിന്റെ വേഗത കൂടുന്നത് അവളറിഞ്ഞു.

"മാലൂ..." അമ്മയുടെ ശബ്ദം കേട്ടപ്പോൾ അവൾക്ക് തുള്ളി ച്ചാടാൻ തോന്നി.

"അമ്മേ..."

"പുറപ്പെടാറായില്ലേ മോളേ?"

ഈ അമ്മയ്ക്ക് എല്ലാത്തിനും ആധിയാണല്ലോയെന്ന് അവൾ പുഞ്ചിരിയോടെ ഓർത്തു.

"ആയില്ല എന്റെ പൊന്ന് അമ്മേ. ഇനിയും സമയമുണ്ട്. അവിടെ മഴ പെയ്യുന്നുണ്ടോ ഇപ്പോ?"

"നിനക്ക് ഈ മഴയുടേയും ചെടികളുടേയും നിലാവിന്റേയും കാര്യമല്ലാതെ വേറൊന്നും ചോദിക്കാനില്ലേ."

"അച്ഛനെവിടെ അമ്മേ?"

"ഇവിടെയുണ്ട്. നീ വരുന്നതിന്റെ ഒരുക്കങ്ങളിലാണ്."

"ഞാൻ വരുന്നതിന്റെ എന്തൊരുക്കം? ആദ്യമായാണോ ഞാൻ അങ്ങോട്ടു വരുന്നത്. ഞാൻ ജനിച്ചുവളർന്ന എന്റെ വീടല്ലേ അമ്മേ അത്."

"അതെ. എന്നാലും..." അമ്മയുടെ ശബ്ദത്തിനൊരു പതർച്ച ഉണ്ടായോ എന്ന് മാലു സംശയിച്ചു.

"പെയിന്റടിച്ചതിന്റെ എന്തോ പോരായ്മ പറയുന്നത് കേട്ടു. നിന്റെ പൈസ ഉപയോഗിച്ച് ചെയ്തതല്ലേ. അപ്പോ നീ വരുമ്പോൾ ഭംഗി യായിരിക്കണമെന്നൊക്കെ എപ്പോഴും അച്ഛൻ പറയുന്നുണ്ട്."

"അത് എന്റെ പൈസ അല്ല അമ്മേ. നമ്മുടെ പൈസയാണ്. പിന്നെ വീടിന്റെ അറ്റകുറ്റപ്പണികൾ തീർക്കാനും കഴുക്കോലോ, ഉത്ത രമോ മാറ്റണമെങ്കിൽ മാറ്റാനും പറഞ്ഞു. അത് മാറ്റാത്തതുകൊണ്ട് നമ്മുടെ വീടിന് കുഴപ്പമോ ചോർച്ചയോ ഒന്നുമുണ്ടാവാതിരിക്കാൻ പറഞ്ഞൂന്നേയുള്ളൂ. എനിക്ക് ആ വീട് എന്നും അങ്ങനെത്തന്നെ കാണണം അമ്മേ, എന്നും." പറഞ്ഞുവന്നപ്പോൾ തന്റെ ശബ്ദമിടറി യതുപോലെ മാലിനിക്ക്.

"ങാ... ശരി... ശരി. നീ വല്ലതും കുടിക്കുകയോ കഴിക്കുകയോ ചെയ്തോ?" അമ്മ മനപ്പൂർവ്വം വിഷയം മാറ്റാൻ ശ്രമിക്കുന്നതു പോലെ.

“ഇല്ല അമ്മേ, ഒരു ചുടുകാപ്പി ഉണ്ടാക്കി കുടിക്കാൻ പോവ്വാ. അപ്പോ ശരി. ഇനി എയർപോർട്ടിൽനിന്ന് ഫ്ളൈറ്റ് കേറും മുമ്പ് വിളിക്കാം.”

“ഉം...”

കോൾ കട്ട് ചെയ്ത് വീടിനുള്ളിലേക്ക് കയറുമ്പോഴേക്കും മാലിനി ഉഷാറായി. കൂടെയുള്ളവരെല്ലാം ജോലിക്ക് പോയിക്കഴിഞ്ഞിരുന്നു. അവസാനവട്ടഅടുക്കിപ്പെറുക്കൽ തീർക്കേണ്ടതുണ്ട്. കാപ്പിക്കുള്ള വെള്ളം സ്റ്റൗവിൽ വെച്ച് അവൾ മുറിയിലേക്ക് നടന്നു.

പെട്ടിയും ബാഗുമെല്ലാമടുക്കി ടാക്സിക്കായി കാത്തിരിക്കുമ്പോൾ അവളുടെ മനസ്സ് നാട്ടിലെത്തി. അഞ്ച് വർഷം മുമ്പ് യാത്ര പറഞ്ഞിറങ്ങിയ വീട്ടിലേക്കാണ് മടക്കം. മഴവെള്ളം കെട്ടിനിൽക്കുന്ന ഇടവഴി കടന്നു ചെല്ലുമ്പോൾ വീട്ടിലേക്കുള്ള നടപ്പാതയായി. അതു നടന്നു തീർത്താൽ തന്റെ വീട്.

എല്ലാ മിനുക്കുപണികളും തീർത്ത്, മഴയുടെ തണുപ്പ് കൂടെക്കൂട്ടി തന്നെ കാത്തിരിക്കുകയാവും വീട്. രണ്ടേക്കറോളം വരുന്ന തൊടിയാണുള്ളത്. അവിടെ ധാരാളം മരങ്ങൾ. ആ വീട്ടിലും തൊടിയിലുമായാണ് തന്റെ കുട്ടിക്കാലം കഴിഞ്ഞത്. കൂട്ടുകാരുമൊത്ത് കളിച്ചു തിമർത്ത കാലം.

ആ തൊടിയിലെ ഓരോ മരത്തിനുമുണ്ടാവും തന്നെക്കുറിച്ച് പറയാൻ നൂറു കഥകൾ. ആൺകുട്ടികളോട് മത്സരിച്ച് മാങ്ങയ്ക്ക് കല്ലെറിഞ്ഞ നാട്ടുമാവ്. തേൻവരിക്കച്ചക്ക തരുന്ന അടുക്കളമുറ്റത്തെ പ്ലാവ്, മഴ പെയ്തൊഴിഞ്ഞാലും തന്റെ മുറിയുടെ ഓടിൻപുറത്തേക്ക് വെള്ളത്തുള്ളികൾ ചാറിക്കുന്ന വാളൻപുളിമരം, എല്ലാവരും തന്നെ കാത്തിരിക്കുകയാവും. ആ മുറ്റത്തെ പഞ്ചാരമണൽത്തരികൾക്കു പോലും തന്നോട് സ്നേഹമാണെന്ന് മാലിനിക്ക് തോന്നി.

ടാക്സിയിൽ എയർപോർട്ടിലേക്ക് പോകുമ്പോൾ തനിക്കുണ്ടായ മാറ്റത്തെക്കുറിച്ചാണ് മാലു ചിന്തിച്ചത്. നിനച്ചിരിക്കാതെയായിരുന്നു തന്റെ ജീവിതം മാറിമറിഞ്ഞത്. കൂട്ടിനൊരാളില്ലാതെ ഒന്നും ചെയ്യാനറിയില്ലായിരുന്ന താൻ ഒരു മുൻപരിചയവുമില്ലാത്ത രാജ്യത്ത് ഒറ്റയ്ക്ക് ജോലിക്ക് വരുന്നു. സ്വന്തം രാജ്യക്കാർ പോലുമല്ലാത്തവരോടൊപ്പം ഒരേ വീട്ടിൽ താമസിക്കുന്നു. സ്വയം എല്ലാം ചെയ്യാൻ പഠിക്കുന്നു.

അന്നത്തെ സാഹചര്യത്തിൽ അതല്ലാതെ മറ്റൊരു വഴിയുമുണ്ടായിരുന്നില്ല. കുടുംബത്തിന്റെ ഭദ്രത കാത്തുരക്ഷിക്കാൻ കഴിഞ്ഞു. അച്ഛന്റെ കടങ്ങളെല്ലാം വീട്ടി. ആവശ്യത്തിലേറെ സമ്പാദിച്ചു കൊണ്ടാണ് ഈ യാത്ര. പണമെല്ലാം നാട്ടിലേക്കയച്ചു. ഇത്രയും

നാളിനിടയ്ക്ക് ഇപ്പോൾ മാത്രമാണ് താൻ ഒരു കാര്യം അച്ഛനോട് ആവശ്യപ്പെട്ടത്. വരുമ്പോഴേയ്ക്ക് വീടിന്റെ അറ്റകുറ്റപ്പണികൾ എന്തെങ്കിലുമുണ്ടെങ്കിൽ തീർക്കുവാൻ. ആ മണ്ണിൽ ചവിട്ടി നടക്കണം, കൊതി തീരുവോളം മഴയത്ത് നനയണം, കുളത്തിൽ കുളിക്കണം... മാലിനി തന്റെ ആഗ്രഹങ്ങൾ മനസ്സിൽ ആവർത്തിച്ച് ഉരുവിട്ടു.

എയർപോർട്ടിലെ എല്ലാ കാര്യങ്ങളും പൂർത്തിയാക്കിക്കഴിഞ്ഞതിനുശേഷം അവൾ അമ്മയെ വിളിച്ചു.

"അമ്മേ ഞാനുമുണ്ടാവും നാളെ ഊണിന്. ഉച്ചതിരിഞ്ഞേ എത്തുകയുള്ളൂ. എങ്കിലും എനിക്കും ഊണ് കരുതണം കേട്ടോ. അവിടെ വന്നേ ഞാൻ കഴിക്കൂ."

"വേണ്ടതൊക്കെ ഞാൻ ചെയ്തോളാം. നിന്നെ കൂട്ടാൻ അച്ഛനുണ്ടാവും എയർപോർട്ടിൽ. പിന്നെ ദേവനുമുണ്ടാവുമെന്ന് അച്ഛൻ പറഞ്ഞു."

"ദേവേട്ടനോ, അമ്മയെന്തേ നേരത്തെ പറഞ്ഞില്ല?" അവൾക്ക് ചോദിക്കാതിരിക്കാനായില്ല.

"അതൊക്കെയുണ്ട്. ഇങ്ങടു വരൂ നീ, ഇനിയുമുണ്ട് വിശേഷങ്ങൾ." ഒന്നും വിട്ടുപറയാതെ അമ്മ കോൾ കട്ട് ചെയ്തപ്പോൾ അവൾക്ക് പരവേശമായി.

ദേവനെക്കുറിച്ചോർത്തപ്പോൾ അവളുടെ മനസ്സും മുഖവും ചുവന്നു തുടുത്തു. അമ്മാവന്റെ മകനായിരുന്നിട്ടും എപ്പോഴും തമ്മിൽ കാണാറുണ്ടായിരുന്നിട്ടും താൻ ശ്രദ്ധിക്കാതെ പോയൊരാൾ.

പതിനേഴാം പിറന്നാൾ കഴിഞ്ഞൊരു ദിവസം, കോരിച്ചൊരിയുന്ന മഴ നനഞ്ഞ് നടുമുറ്റത്ത് നിന്നിരുന്ന താൻ എന്തോ അനക്കം കേട്ടാണ് തിരിഞ്ഞു നോക്കിയത്. തെക്കേ വാതിൽക്കൽ തന്നെ ത്തന്നെ നോക്കി ചിരിച്ചുകൊണ്ട് നിൽക്കുന്ന ദേവേട്ടൻ. നനഞ്ഞൊട്ടിയ പാവാടയും കുടഞ്ഞ് മുറിയിലേക്കോടിയ തന്നെ കടന്നുപിടിച്ച് ഭിത്തിയോട് ചേർത്തുനിർത്തി തന്ന ഒരുമ്മ! ആ കുളിരിലും താൻ വിയർത്തൊഴുകിയോ?

അന്നു മുതൽ ഇന്നുവരെ താൻ ദേവേട്ടന്റെ പെണ്ണാണ്. തമ്മിൽ ഒന്നും പറഞ്ഞിട്ടില്ല. എങ്കിലും താനത് അന്ന് തീരുമാനിച്ചതാണ്. ഈ അഞ്ച് വർഷത്തിനിടയിൽ ഒരു വിളിയോ കത്തോ ഒന്നുമുണ്ടായിട്ടില്ല. തങ്ങളുടെ വിവാഹക്കാര്യം വല്ലതും തീരുമാനമായിട്ടുണ്ടാവുമോയെന്ന് മാലിനി ചിന്തിച്ചു. ദേവേട്ടൻ എഞ്ചിനീയറിംഗ് ഉയർന്ന മാർക്കോടെ പാസ്സായത് മാത്രമറിയാം.

ഫ്ളൈറ്റിൽ വിൻഡോ സീറ്റായിരുന്നു. മണിക്കൂറുകൾ നീണ്ട യാത്രയൊന്നും തന്റെ ഉന്മേഷം കുറയ്ക്കില്ലെന്ന് മാലിനിക്ക് തീർച്ചയായിരുന്നു.

അച്ഛനെ കണ്ടുപിടിക്കാൻ ബുദ്ധിമുട്ടുണ്ടായില്ല. അച്ഛന് പ്രായം ഏറിയിരിക്കുന്നു. കാഴ്ചയിലും നടപ്പിലുമെല്ലാം. പക്ഷേ ആൾ നല്ല പത്രാസിലാണല്ലോ എന്ന് മാലിനി കളിയായി മനസ്സിലോർത്തു. പിന്നീട് കണ്ണുകൾ തിരഞ്ഞത് മറ്റൊരാളെ ആയിരുന്നു. അടുത്തേക്ക് നടന്നു വരുന്ന സുമുഖനായ ചെറുപ്പക്കാരന്റെ ചിരിയിൽ കണ്ണു കളുടക്കി അവൾ നിന്നു.

“ഹേ മാലൂ, യാത്ര എങ്ങനെയുണ്ടായിരുന്നു?”

നന്നായിരുന്നു എന്ന് പറഞ്ഞ് അവൾ അച്ഛന്റെ മുഖത്തേക്ക് നോട്ടം തിരിച്ചു.

കാറിൽ കയറും മുമ്പ് അവൾ ചുറ്റുപാടും നോക്കി. ഒരു നല്ല മഴ നനഞ്ഞ പ്രകൃതി. തെളിഞ്ഞ ആകാശവും തണുത്ത കാറ്റും. അഞ്ചു വർഷത്തിനുശേഷം താൻ മടങ്ങിയെത്തിയിരിക്കുന്നു. വഴിമരങ്ങ ളെല്ലാം കാറ്റിലാടി നിൽക്കുന്നു. ഇലകൾക്കെല്ലാം പച്ച നിറം കൂടി യതുപോലെ മാലിനിക്ക് തോന്നി. അവൾ ആകാശത്തേക്ക് നോക്കി. ഉടനെ മഴ പെയ്യുന്ന ലക്ഷണമൊന്നുമില്ല.

‘ഇന്ന് രാത്രി മഴ കഴിഞ്ഞ് നിലാവുദിക്കുമോ?’ മാലിനിയോർത്തു. മഴ പെയ്ത ശേഷം നിലാവുദിക്കുന്ന രാത്രികൾക്ക് ആരേയും മോഹി പ്പിക്കുന്ന സൗന്ദര്യമുണ്ട്. നനഞ്ഞ ഇലകളെല്ലാം നിലാവിൽ വെള്ളി പോലെ തിളങ്ങുകയും തണുതണുത്ത കാറ്റ് ചുറ്റിക്കറങ്ങുകയും ചെയ്യും. പേരറിയാപ്പൂക്കളുടെ ഗന്ധമുള്ള ആ കാറ്റിനോടൊപ്പമാവും ഗന്ധർവ്വന്മാർ ഭൂമിയിലേക്ക് വരിക.

“നിനക്കിഷ്ടമുള്ള കറികളാണിന്ന് എന്ന് അമ്മ പറഞ്ഞിട്ടുണ്ട്. അവിടെയെത്തിയിട്ടേ ചോറുണ്ണൂ എന്ന് നീ പറഞ്ഞിരുന്നോ?”

അച്ഛന്റെ ചോദ്യം കേട്ട് മാലിനി കണ്ണു തുറന്നു.

“ഉവ്വ്.”

“ഇനി അര മണിക്കൂർ കഷ്ടിച്ചുണ്ടാവും അല്ലേ ദേവാ?”

‘അത്ര തന്നെയില്ല’ എന്ന് പറഞ്ഞ് മുഖം തിരിച്ചെങ്കിലും നോട്ടം തന്നിലാണ് നിന്നത് എന്ന് മാലിനി കണ്ടു.

പിന്നീടുള്ള വഴികളെല്ലാം സുപരിചിതമായിരുന്നു. വീടിനോട് അടുക്കുന്തോറും നെഞ്ചിനുള്ളിലെ മിടിപ്പ് ശക്തമാകുന്നു. വഴിയരി കിൽ ചില പരിചിതമുഖങ്ങൾ കണ്ടു. വലിയ പേരാൽ വളവു കഴി ഞ്ഞാൽ വീടായി. അവൾ വാതിലിനോട് അടുത്തിരുന്നു.

പേരാൽ കഴിഞ്ഞ് വളവ് തിരിഞ്ഞപ്പോൾ കണ്ട കാഴ്ച മാലി നിയെ ഞെട്ടിച്ചു. തന്റെ വീടിരുന്നിടത്ത് ഒരു വലിയ ഇരുനില മാളിക. കൊന്നപ്പത്തലും കടലാവണക്കും നിറഞ്ഞിരുന്ന വേലിക്കു പകരം

ഒരാൾ പൊക്കമുള്ള മതിലും വലിയ ഗെയ്റ്റും. അവൾ വീണ്ടും തലങ്ങും വിലങ്ങും നോക്കി. തനിക്ക് സ്ഥലം തെറ്റിയതാണോ എന്നറിയാൻ.

ഗെയ്റ്റ് തുറക്കാനായി കാറ് നിർത്തിയപ്പോൾ മനസ്സിലായി. തനിക്ക് തെറ്റിയതല്ലെന്ന്. മാലിനി പെട്ടെന്ന് കാറിന്റെ ഡോർ തുറന്ന് പുറത്തിറങ്ങി. അമ്പരപ്പിൽ അവളാകെയുലഞ്ഞു. ഡ്രൈവർ ഗെയ്റ്റ് തുറന്നപ്പോൾ അവൾ ഓടി മുറ്റത്തേക്ക് കയറി. നടപ്പാതയും പാതയ്ക്ക് ഇരുവശമുണ്ടായിരുന്ന പച്ചിലച്ചെടിയുടെ പടർപ്പുകളുമെല്ലാം അപ്രത്യക്ഷമായിരിക്കുന്നു. റോഡിൽ നിന്ന് കഷ്ടിച്ച് പത്തോ ഇരുപത്തഞ്ചോ അടി ദൂരം മാത്രമേ വീട്ടിലേക്കുള്ളൂ. മുറ്റത്തെ പഞ്ചാര മണലും കാണാനില്ല. പകരം സിമന്റിന്റെയോ കല്ലിന്റെയോ കട്ടകൾ പാകിയിരിക്കുന്നു.

അവൾക്ക് എല്ലാം ഒരു സ്വപ്നമാണെന്ന് തോന്നി. താനിപ്പോൾ കാറിലിരുന്ന് മയങ്ങുകയാണ്. മയക്കത്തിൽ ഒരു സ്വപ്നം കാണുകയാണ്. ഒരു ദുഃസ്വപ്നം. തന്റെ വീട് തല്ലിത്തകർത്ത് പകരം ആരോ അവിടെ ഒരു കോൺക്രീറ്റ് കൊട്ടാരം കെട്ടിയിരിക്കുന്നു.

സിറ്റൗട്ടിലേക്ക് ഇറങ്ങി വന്ന അമ്മയെ കണ്ട് മാലിനി ഞെട്ടി. ചിരിച്ചുകൊണ്ടു നിൽക്കുന്ന ആ സ്ത്രീ തന്റെ അമ്മ തന്നെയാണോ എന്ന് അവൾ സൂക്ഷിച്ചു നോക്കി.

“കേറി വാ മോളേ...” എന്ന് പറഞ്ഞ് അച്ഛൻ തോളത്ത് തട്ടിയപ്പോൾ അവൾ ചിന്തകളിൽ നിന്നുണർന്നു.

“നമ്മൾ വിചാരിച്ചതുപോലെ അവളാകെ അന്തം വിട്ടു നിൽക്കുകയാണ് ദേവാ” എന്ന് അച്ഛൻ പറയുന്നുണ്ട്. എല്ലാവരും ചേർന്നു തന്നെ നോക്കി ചിരിക്കുന്നു.

“ധൈര്യമായി കേറി വാ മാലൂ. ഇത് തന്റെ വീട് തന്നെ. തന്റെ പൈസ കൊണ്ട് തനിക്കു വേണ്ടി അച്ഛൻ പണിയിച്ച വീട്. ഇതിന്റെ ഡിസൈനും പ്ലാനുമെല്ലാം എന്റെയാണ്. എങ്ങനെയുണ്ട്? തനിക്കിഷ്ടമായോ?” ദേവൻ അവളുടെ അടുത്ത് വന്ന് ചോദിച്ചു.

അമ്മ വന്ന് തന്നെ കെട്ടിപ്പിടിക്കുന്നതും ഉമ്മ തരുന്നതുമൊക്കെ അവളറിയുന്നുണ്ടായിരുന്നു.

“വാ മോളേ, കേറി വാ. ഊണ് കഴിച്ചിട്ട് ബാക്കി.”

അമ്മ അവളുടെ കൈ പിടിച്ച് വീട്ടിലേക്ക് കയറാനാഞ്ഞു. അവൾ പെട്ടെന്ന് കൈ പിൻവലിച്ചു.

“അവളാകെ വല്ലാത്ത ഞെട്ടലിലാണ്. നമ്മൾ ഇതെല്ലാം രഹസ്യമാക്കി വച്ചിരിക്കുകയായിരുന്നല്ലോ.” അച്ഛൻ ചിരിച്ചുകൊണ്ട് എല്ലാവരോടുമായി പറയുന്നു.

മാലു മെല്ലെ ചുവടുകൾ പിന്നോട്ടു വച്ചു. വീട്ടിലേക്ക് കയറാതെ വീടിന്റെ അരികിൽകൂടി പിന്നാമ്പുറത്തേക്ക് നടന്നു. അച്ഛനുമമ്മയും തന്നെ വിളിക്കുന്നത് അവൾ കേട്ടു. പക്ഷേ നിൽക്കാൻ കാലുകൾ കൂട്ടാക്കുന്നില്ല.

പിന്നിലെത്തിയ മാലിനി കാണുന്നതൊന്നും വിശ്വസിക്കാനാവാതെ തറഞ്ഞുനിന്നു. പഴയ വീട് നിന്നിരുന്നിടം ശൂന്യം. ഒരു ഓർമ്മപോലും അവശേഷിപ്പിക്കാതെ അത് അപ്രത്യക്ഷമായിരിക്കുന്നു. തൊടിയിലേക്ക് കണ്ണുകൾ പായിച്ചപ്പോൾ വീണ്ടും ഞെട്ടി. വളരെ ചെറിയ കുറച്ച് മരങ്ങളും ചെടികളും മാത്രമേ അവിടെ അവശേഷിച്ചിരുന്നുള്ളൂ. വലിയ മരങ്ങളൊന്നും കാണാനുണ്ടായിരുന്നില്ല.

നെഞ്ചിൽ ഊറിക്കൂടുന്ന സങ്കടത്തിന്റെ വേദന അവൾക്ക് സഹിക്കാൻ കഴിഞ്ഞില്ല.

“എങ്ങനെയുണ്ട് മോളേ, നിനക്കിഷ്ടമായോ വീട്?” അമ്മയുടെ ചോദ്യമാണ്. “നമ്മളെ താഴ്ത്തിക്കെട്ടാൻ നോക്കിയവരുടെ മുന്നിൽ നിവർന്നു നിൽക്കാൻ വേണ്ടിയാണ് അച്ഛൻ ഇതിന് പുറപ്പെട്ടത്. ദേവന്റെ ആഗ്രഹപ്രകാരമാണ് എല്ലാം ചെയ്തിരിക്കുന്നത്. അല്ലെങ്കിലും നിങ്ങളുടെ വിവാഹം തീരുമാനിച്ച സ്ഥിതിക്ക് ഇനി അവന്റെ ഇഷ്ടമാണല്ലോ പ്രധാനം.”

അമ്മയെ ഒന്നു നോക്കുകപോലും ചെയ്യാതെ പറയുന്നതെല്ലാം അവൾ കേട്ടു നിന്നു.

“കയറി വരൂ മോളേ. എല്ലാവരും ഊണിന് നിന്നെ കാത്തിരിക്കുകയാണ്. മാത്രമല്ല, നീ വീടു മുഴുവൻ കണ്ടില്ലല്ലോ.”

“ഞാൻ വന്നോളാം. നിങ്ങൾ കഴിക്കാൻ തുടങ്ങിക്കോളൂ.” അത്രയും പറഞ്ഞ് സിമന്റിട്ട പിൻമുറ്റത്ത് നിന്ന് അവൾ തൊടിയിലേക്കിറങ്ങി.

‘തുടങ്ങി അവളുടെ ഭ്രാന്ത്’ എന്ന് പിറുപിറുത്ത് അമ്മ വീട്ടിലേക്കു കയറിപ്പോയി.

വീടു നിന്നിടത്ത് ഒരു കല്ലുപോലും അവശേഷിച്ചിട്ടില്ല. അവിടെ നനഞ്ഞ മണ്ണു നിരന്നു കിടന്നു. വീട് പൊളിച്ചിട്ട് മാസങ്ങളോ വർഷങ്ങളോ ആയിട്ടുണ്ടാവും. ഒരുപക്ഷേ ഈ വീട്ടിൽ താമസിച്ചുകൊണ്ടാവും അച്ഛൻ പുതിയ വീട് വച്ചത്. തന്നോട് ഒരു വാക്ക് പറഞ്ഞില്ലല്ലോ എന്നോർത്തപ്പോൾ അവളുടെ ഹൃദയം വിങ്ങി. ഈ വീട് നഷ്ടപ്പെടാതിരിക്കാനായിരുന്നു താൻ ഇവിടം വിട്ടത്. അഞ്ച് വർഷം രാപകലില്ലാതെ കഷ്ടപ്പെട്ടത്. താൻ ഒന്നും നേടിയില്ല. മറിച്ച് എല്ലാം നഷ്ടപ്പെടുകയാണ് ഉണ്ടായത്.

മരങ്ങളൊക്കെ എവിടെ? അതെല്ലാം വെട്ടി വിറ്റുവോ? മരങ്ങൾ നിറഞ്ഞ പച്ചപ്പ് നിറഞ്ഞ, ഇരുൾ നിറഞ്ഞ പഴയ തൊടി അവളോർത്തു. ഇനി തനിക്കെന്തിനാണ് ഇത്രയും വലിയ പുരയിടവും ഈ വീടും.

നടന്നു നടന്ന് കുളത്തിനടുത്തെത്തിയപ്പോഴാണ് അവൾ ശരിക്കും ഞെട്ടിയത്. കുളം കാണാനില്ല. അത് മുഴുവനായും മണ്ണിട്ട് നികത്തിക്കഴിഞ്ഞിരുന്നു. ഈ കാണുന്നതെല്ലാം സ്വപ്നമാണെന്ന് വിശ്വസിക്കാൻ കഴിഞ്ഞിരുന്നെങ്കിൽ എന്ന് മാലിനി ആഗ്രഹിച്ചു. അവൾ ആ മണ്ണിനു മീതെ നടന്നു. എത്രയോ തലമുറകളുടെ കഥകൾ വീണു തേഞ്ഞ കൽപ്പടവുകളായിരുന്നു ഇവിടെയുണ്ടായിരുന്നത്. തന്റെ കുട്ടിക്കാലവും തന്നെയും കൂടി ഇവർ കുഴിച്ചുമൂടിയിരിക്കുന്നു. കാൽക്കീഴിൽക്കിടന്ന് ഓർമ്മകൾ തിളച്ചുമറിയുകയാണ്. കാൽപ്പാദം പൊള്ളുന്നുവെന്ന് തോന്നിയപ്പോൾ അവൾ തിരിച്ച് നടന്നു. പൊട്ടിയടർന്ന സങ്കടംപോലെ പെട്ടെന്നൊരു പെരുമഴ വന്ന് അവളെ നനച്ചു.

'മോളേ മാലൂ...' എന്ന വിളി കേട്ട് കണ്ണു തുറക്കുമ്പോൾ ഏതോ ഉണങ്ങിപ്പോയ മരത്തടിയിൽ കെട്ടിപ്പിടിച്ച് നിൽക്കുകയായിരുന്നു അവൾ. മഴ നിന്നിരുന്നു.

"ഞാനെവിടാ അമ്മേ?"

"നിന്നെക്കാണാഞ്ഞപ്പോ വന്നതാ ഞാൻ. മഴ പെയ്തപ്പോ നീ തെക്കേതിലോട്ട് ഓടിക്കേറിക്കാണുംന്നാ ഞാൻ കരുത്യേ. അമ്പേഷിച്ചു വന്നപ്പോഴല്ലേ ദാ, ഇവിടിങ്ങനെ നിക്കണ കണ്ടത്. ആ ഇക്കിളി മരത്തിന്റെ കുറ്റ്യാ അത്."

"ഇത്, ഇത്..." അവൾ ആ മരക്കൊമ്പിൽ മുറുകെ പിടിച്ചു.

കുനുകുനാന്ന് കുഞ്ഞിലകളുണ്ടായിരുന്ന സുന്ദരി മരം. ഏതെങ്കിലുമൊരു കാറ്റ് അതുവഴിയെങ്ങാനും പോയാൽ എല്ലാ ഇലകളുമനക്കി ഇക്കിളികൊണ്ടതുപോലെ ഇവൾ ചിരിക്കുമായിരുന്നു. അതിനു താനിട്ട പേരായിരുന്നു 'ഇക്കിളിമരം' എന്ന്.

"ഇതിനെന്തു പറ്റിയതാ?" മാലു ചോദിച്ചു.

"എല്ലാ മരങ്ങളും വെട്ടിയ കൂട്ടത്തിൽ വെട്ടിയതാ. പിന്നെ പൊട്ടിക്കിളിർക്കും എന്നാണ് ഞങ്ങളെല്ലാം കരുതിയത്. പക്ഷേ ആ നില്പ് നിന്ന് അതുണങ്ങിപ്പോയി."

"എന്തിനാ അമ്മേ മരങ്ങളെല്ലാം വെട്ടിയത്?" തന്റെ ചോദ്യത്തിൽ ദേഷ്യമാണോ സങ്കടമാണോ മുന്നിട്ട് നിന്നത് എന്നറിയില്ല.

"ഒരു വീട് വെയ്ക്കണമെങ്കിൽ തടി എത്ര വേണമെന്ന് നിനക്ക്

വല്ല ബോധവുമുണ്ടോ? ഭാഗ്യത്തിന് നമുക്ക് ഒരാവശ്യത്തിനുമുള്ള തടി പുറമേ നിന്ന് വാങ്ങേണ്ടി വന്നില്ല."

സന്തോഷത്തോടെ അത്രയും പറഞ്ഞ് അവളുടെ കയ്യും പിടിച്ച് അവർ മുന്നോട്ട് നടന്നു. വീടിന്റെ ഉമ്മറത്തുകൂടിത്തന്നെ അവർ അകത്തേക്ക് കടന്നു. എല്ലാ സൗകര്യങ്ങളോടുമുള്ള മുറികളായിരുന്നു ആ വീടിനുണ്ടായിരുന്നത്.

"എല്ലാവരും ചോറുണ്ടു. നീ ഈ നനഞ്ഞ ഡ്രസ്സൊക്കെ മാറ്റി വന്നാൽ ഞാൻ ഊണ് വിളമ്പാം."

"വേണമെന്നില്ല, എനിക്ക് വിശക്കുന്നില്ല."

ആരേയും നോക്കാതെ അത്രയും പറഞ്ഞ് അവൾ മുറിക്കുള്ളിലേക്ക് കയറിപ്പോയി. നനഞ്ഞ തുണികളോടെതന്നെ കട്ടിലിലേക്ക് ചാഞ്ഞു.

ഒരു ഉറക്കം കഴിഞ്ഞ് എണീറ്റപ്പോഴേക്കും സന്ധ്യയായിട്ടുണ്ടായിരുന്നു. മുറിക്ക് പുറത്തിറങ്ങിയപ്പോൾ ആരേയും കണ്ടില്ല. എന്ത് വേണമെന്നറിയാതെ അവൾ അടുക്കള വശത്തേക്ക് ചെന്നു. വാതിൽപ്പടിയിൽ ചാരി പുറത്തേക്കു കണ്ണയച്ചു നിന്നു.

"മോളേ മാലൂ..."

ആരോ വിളിക്കുന്നു. അവൾ ചുറ്റും നോക്കി ആരേയും കാണുന്നില്ല. വീണ്ടും കേട്ടു അതേ വിളി. തൊട്ടടുത്തു നിന്ന്, ചെവിക്കരികെ നിന്ന്. ഭിത്തിക്കുള്ളിൽനിന്ന് ആരോ തന്നെ വിളിക്കുന്നോ? അവൾ ചെവിയോർത്തു. അതേ, ഇതേ വാതിൽപ്പടിക്ക് ഉള്ളിൽ നിന്നാണ്. ഈ തടിക്കൂടിന് ഉള്ളിൽ നിന്നാണ് ആ വിളി. അവൾ ആ തടിയിലൂടെയും വാതിലിലൂടെയും കൈവിരലോടിച്ചു.

"ആഹാ, നീ ഇവിടെ നില്ക്കുകയാണോ? നല്ല തടിപ്പണിയാണല്ലേ. നമ്മുടെ നാണു ആശാരിയും കുട്ടികളുമായിരുന്നു പണിക്ക്. ഇത് കണ്ടോ. പ്ലാവിന്റെ തടിയാണെന്ന് പറയുമോ? നമ്മുടെ മുറ്റത്തു നിന്ന ആ വരിക്കപ്ലാവാ. നല്ല കാതലുള്ള തടിയായിരുന്നു."

അച്ഛന്റെ വാക്കുകൾ അസ്ത്രംപോലെ അവളുടെ ഹൃദയത്തിൽ പാഞ്ഞിറങ്ങി.

ആരാണ് തന്നെ വിളിച്ചതെന്നവൾക്ക് ബോധ്യമായി. വീണ്ടും ആ വാതിൽപ്പടിയിലൂടെ വിരലുകളോടിച്ചപ്പോൾ അവൾ തേങ്ങിപ്പോയി. ഇവരെല്ലാം ഇപ്പോഴും ജീവിച്ചിരിക്കുന്നോ? തനിക്ക് വേണ്ടി കാത്തിരിക്കുകയായിരുന്നോ? ഉയർന്നുവന്ന വിങ്ങലോടെ അവൾ ആ വാതിൽപ്പടിയിലേക്ക് മുഖം ചേർത്തു.

രാവിലെ എഴുന്നേറ്റു വന്നപ്പോൾ വീട്ടുകാർ കണ്ടത് പോകാൻ തയ്യാറായി നിൽക്കുന്ന മാലിനിയെയാണ്.

"എന്താ മോളെ, എന്തുപറ്റി? നീ എവിടെ പോകുന്നു?" അവർ അന്ധാളിപ്പോടെ ചോദിച്ചു.

"നിങ്ങൾ എന്നോട് ക്ഷമിക്കണം. എനിക്ക് ഈ വീട്ടിൽ സമാധാനമായി ജീവിക്കാനാവില്ല. ഉറങ്ങാനാവില്ല. ഞാൻ പോകുന്നു." അവൾ പറഞ്ഞു.

"പോവ്വേ... എവിടേക്ക്, എന്തിന്?"

"അതേ പോകുന്നു. ഇപ്പോൾ തൽക്കാലം ഹോസ്റ്റലിലേക്ക്. രണ്ടാഴ്ചയ്ക്കുള്ളിൽ തിരികെ ജോലിസ്ഥലത്തേക്ക്. എന്തിനെന്ന് നിങ്ങൾക്ക് രണ്ടുപേർക്കും മനസ്സിലാകുന്നതുപോലെ പറഞ്ഞു തരാൻ എനിക്കറിയില്ല അച്ഛാ. നിങ്ങളുടെ കൺമുന്നിൽ വളർന്ന എന്നെ മനസ്സിലാക്കാൻ, എന്റെ ഇഷ്ടങ്ങൾ അറിയാൻ നിങ്ങൾക്ക് കഴിയാതെ പോയെങ്കിൽ ഇനി എന്തു പറഞ്ഞാലും നിങ്ങൾക്കത് ബോധ്യപ്പെടില്ല."

"മാലൂ നീ കളി പറയാ? നിന്റെ വിവാഹം നടത്താൻ തീരുമാനിച്ചിരിക്ക്യാ. അതിനിടയിൽ നീയിതെന്തൊക്കെയാ കാണിക്കുന്നത്?"

അവൾ സിറ്റൗട്ടിൽ വന്ന് നിന്നു. ആകാശം മൂടിക്കെട്ടി നിൽക്കുന്നു. തന്റെ മനസ്സുപോലെ.

"വിവാഹം, ആര് തീരുമാനിച്ചു? എന്നോട് ചോദിച്ചോ?" ആരേയും നോക്കാതെ അവൾ ചോദിച്ചു.

"ചോദിക്കാനോ? ദേവൻ അന്യനല്ലല്ലോ. മാത്രമല്ല, അവന് നിന്നെ ഇഷ്ടവുമാണ്. ഇപ്പോൾ ഇവിടുത്തെ എല്ലാ കാര്യങ്ങളും നോക്കുന്നത് അവനാണ് താനും."

"എന്റെ സമ്മതം വേണ്ടേ നിങ്ങൾക്ക്? ഇതുവരെയുള്ള എല്ലാ കാര്യങ്ങളിലും നിങ്ങൾ തീരുമാനമെടുത്തു. ഞാൻ അനുസരിച്ചു. ഇനിയുമത് തുടർന്നാൽ എനിക്ക് എന്നെ നഷ്ടപ്പെടും. ഞാനൊരു ഭ്രാന്തിയായി മാറും."

അവൾ തിരിഞ്ഞ് അവരെ നോക്കി. അവളുടെ ശാന്തമായ മുഖത്ത് ഒരു പുഞ്ചിരി നിറഞ്ഞു.

"ദേവേട്ടനോട് നിങ്ങൾ കാര്യങ്ങൾ പറയണം. ഞങ്ങളുടെ ഇഷ്ടങ്ങളും താൽപര്യങ്ങളും തമ്മിൽ ചേർന്നുപോവില്ല. ദേവേട്ടന് ഇഷ്ടമുള്ള ജീവിതം ജീവിച്ചുതീർക്കാൻ എനിക്കാവില്ല."

ദേഷ്യം വന്ന് തുടുത്ത മുഖവുമായി അച്ഛൻ പാഞ്ഞുവന്നു.

“അഹങ്കാരി. കേറിപ്പോടീ അകത്ത്. ഇവിടെ എന്തിന്റെ കുറവാണ് നിനക്ക്? നേരിട്ട് കാണുമ്പോൾ സന്തോഷിക്കട്ടെ എന്നു കരുതി യാണ് ഈ വീടിന്റെ കാര്യം പറയാതിരുന്നത്.”

“എന്റെ സന്തോഷമെന്താണെന്ന് നിങ്ങൾക്ക് രണ്ടുപേർക്കും അറിയില്ല. നിങ്ങൾക്ക് ഇവിടെ താമസിക്കാം. പക്ഷേ എന്നെ നിർ ബന്ധിക്കരുത്. ഞാൻ നിൽക്കില്ല.”

അവൾ ബാഗുമെടുത്ത് പുറത്തേക്കിറങ്ങി. രണ്ടടി വച്ചശേഷം തിരിഞ്ഞു നിന്നു.

“വിഷമിക്കേണ്ട, എനിക്ക് ഒരു വിരോധവുമില്ല. എന്റെ ജീവിതം കൊണ്ട് ചില ലക്ഷ്യങ്ങളുണ്ട്. കരയുന്ന മനസ്സുമായി ജീവിക്കാൻ ഞാൻ ആഗ്രഹിക്കുന്നില്ല. എന്റെ സന്തോഷം തന്നെയാണ് നിങ്ങൾ ആഗ്രഹിക്കുന്നത് എങ്കിൽ ഞാൻ പോകട്ടെ.”

ദൂരെ ഏതോ മരക്കൊമ്പിലിരുന്ന് ഒരു മഴപ്പക്ഷി നീട്ടി വിളിക്കു ന്നത് അവൾ കേട്ടു. ഗെയ്റ്റു കടന്ന് വഴിയിലേക്കിറങ്ങിയ അവളെ ഇരച്ചെത്തിയ ഒരു പെരുമഴ കുളിരെ നനച്ച് കടന്നു പോയി.

■

ഭാമയുടെ സ്വപ്നലോകം

"യേശു ചുമക്കുന്ന കുരിശിന്റെ ഭാരം കൂടുകയാണ്."

ഭാമ ഉറക്കെ വിളിച്ചു പറഞ്ഞു. ഒന്നല്ല പലവട്ടം. ആരെങ്കിലും സഹായിക്കുന്നെങ്കിൽ ആയിക്കോട്ടെ. വാതിൽ പുറത്തു നിന്ന് പൂട്ടിയിരിക്കുകയാണ്, അല്ലെങ്കിൽ മുറ്റത്തേക്കിറങ്ങി പറയാമായിരുന്നു.

ഓർക്കുംതോറും അവൾക്കു യേശുവിനോടു സഹതാപം തോന്നി. രാത്രി സ്വപ്നത്തിൽ കണ്ട യേശുവിന്റെ രൂപം അവളുടെ കണ്ണിൽ തെളിഞ്ഞു. പാദത്തോളം എത്തുന്ന കുപ്പായം പലയിടത്തായി കീറിയിരിക്കുന്നു. തോളിനു താഴെ നീളമുള്ള ചെമ്പൻമുടി പാറിപ്പറക്കുന്നു. തലയിൽ വെച്ചിരിക്കുന്ന മുൾക്കിരീടത്തിലെ മുള്ളുകൾ തറയ്ക്കുന്നിടത്തു നിന്നെല്ലാം ചോരയൊഴുകുന്നു. ചോരയും വിയർപ്പും ഇടകലർന്നൊഴുകുന്ന മഞ്ഞിന്റെ നിറമുള്ള ആ മനോഹര മുഖത്തിന് എന്തെന്നില്ലാത്ത ദൈന്യഭാവം.

ചെങ്കുത്തായ ഒരു മലയുടെ അടിവാരത്തിലാണ് അദ്ദേഹം നിന്നിരുന്നത്. പണ്ടത്തെപ്പോലെ മലയുടെ ഇരുവശവും ആളുകളൊന്നുമുണ്ടായിരുന്നില്ല. പാറയിൽ ചവിട്ടി നടന്ന് യേശുവിന്റെ കാലുകൾ വരണ്ടിരുന്നു.

ചുറ്റുപാടൊന്നും ശ്രദ്ധിക്കാതെ വളരെ വേഗത്തിൽ എന്തിനോ വേണ്ടി ജോലി ചെയ്തുതീർക്കാനുള്ള ഒരു ഭാവം അദ്ദേഹത്തിൽ കണ്ടു. പടയാളികളുടെ ചാട്ടവാറടികൊണ്ടിട്ടെന്നപോലെ യേശു ഇടയ്ക്കിടെ പുളയുന്നുണ്ടെന്നു ഭാമയ്ക്കു തോന്നി. അവളപ്പോൾ ഇഷ്ടദേവനായ കൃഷ്ണന് മാല ചാർത്താൻ മലഞ്ചെരിവുകളിൽ പൂത്തുനിൽക്കുന്ന ചെമ്പകമരങ്ങളിൽനിന്ന് പൂക്കൾ ശേഖരിക്കുകയായിരുന്നു. പണ്ട് ക്രൂശിക്കാൻ കൊണ്ടുപോയപ്പോൾ കിട്ടിയ ചാട്ടവാറടികളുടെ ഓർമയിലാണ് യേശു പുളയുന്നതെന്നോർത്തപ്പോൾ ഭാമയ്ക്ക് ചിരി വന്നു. ഓർമകളുടെ വേദനയനുഭവിക്കുന്ന ദൈവപുത്രൻ!

കൈയിലിരിക്കുന്ന പൂക്കൂടയുമായി യേശുവിനടുത്തേക്ക് ഓടുമ്പോൾ, സന്ധ്യയ്ക്കുമുമ്പേ പൂക്കൾ മുത്തശ്ശിയുടെ കൈയിൽ എത്തിച്ചില്ലെങ്കിൽ വഴക്ക് കേൾക്കും; പെട്ടെന്ന് പോകണമെന്ന് ഭാമ ഓർത്തു.

അദ്ദേഹത്തിന്റെ അടുത്തെത്തിയപ്പോഴാണ് ഭാമയ്ക്ക് ഒരു സംശയം തോന്നിയത്. യേശുവിനു മലയാളം മനസ്സിലാകുമോ? സംസാരം ഇംഗ്ലീഷിലാക്കാം, 'ഹലോ യേശു, ഐ ആം ഭാമ."

മലമുകളിലേക്ക് നോക്കിനിന്നിരുന്ന യേശു ഈയൊരു നിമിഷം അവളെ ശ്രദ്ധിച്ചു. ഒന്ന് പുഞ്ചിരിച്ചെന്നു വരുത്തി വീണ്ടും പഴയ സ്ഥലത്തേക്ക് നോക്കിക്കൊണ്ടു പറഞ്ഞു; "എനിക്കറിയാം."

ഭാമയ്ക്ക് ആശ്വാസം തോന്നി. മലയാളത്തിൽ സംസാരിക്കാമല്ലോ. അപ്പോഴാണ് അവൾ അത് കണ്ടത്. യേശുവിന്റെ ചുമലിൽ ഈർക്കിൽവണ്ണമുള്ള ഒരു ചെറിയ കുരിശ്. പക്ഷേ അത് താങ്ങാൻ അദ്ദേഹം നന്നേ ബുദ്ധിമുട്ടുന്നതുപോലെ തോന്നിച്ചു. ശലോമോൻ ഗിഫ്റ്റ് കൊടുത്ത ബൈബിളിലെ കുരിശു ചുമക്കുന്ന യേശുവിന്റെ ചിത്രം അവളോർത്തു. തന്റെ ഇരട്ടി നീളമുള്ള കുരിശായിരുന്നല്ലോ അദ്ദേഹം അന്ന് ചുമന്നത്. ഇതെന്താണോ ഇങ്ങനെ?

ചെയ്യാനിഷ്ടമില്ലാത്ത എന്തിനോ വേണ്ടി നിർബന്ധിക്കപ്പെടുന്നതിന്റെ വീർപ്പുമുട്ടൽ യേശുവിന്റെ മുഖത്തു കണ്ടു. ഭാമയ്ക്ക് ചോദിക്കാതിരിക്കാൻ കഴിഞ്ഞില്ല.

"എന്താ വിഷമം? എനിക്ക് സഹായിക്കാൻ കഴിയുമോ?"

"ഇല്ല. ആർക്കുമെന്നെ സഹായിക്കാൻ കഴിയില്ല. എന്റെ മാത്രം വിധിയാണിത്. എന്റെ മാത്രം."

പിന്നെയും അവ്യക്തമായി യേശു എന്തൊക്കെയോ പറഞ്ഞു. ഭാമയ്ക്കത് മനസ്സിലായില്ല.

"ഇത്ര ചെറിയ കുരിശു ചുമക്കാനാണോ വിഷമം? പണ്ട് ഇതിലും വലിയ കുരിശു ചുമന്നതല്ലേ?" ഭാമ വീണ്ടും ചോദിച്ചു.

"നിനക്കതൊന്നും മനസ്സിലാവില്ല. അന്നത്തെ കുരിശിന്റെ എത്ര ഇരട്ടി ഭാരമാണിതിനെന്നറിയാമോ? അതൊരു വലിയ കഥയാണ്. പറയണോ?" കുരിശിന്റെ ഭാരം കൂടിയതുപോലെ യേശു കുറച്ചു കൂടി മുന്നോട്ടു കുനിഞ്ഞു. കഥ കേൾക്കാൻ തയ്യാറായി ഭാമ യേശുവിന്റെ മുഖത്തേക്ക് നോക്കി. അദ്ദേഹം പറഞ്ഞുതുടങ്ങി.

"അന്ന് ഞാൻ ക്രൂശിൽ മരിച്ചശേഷം വീണ്ടും ഉയിർത്തെണീറ്റു സ്വർഗത്തിലേക്ക് പോയപ്പോൾ തിരിച്ചുവരുമെന്ന് പറഞ്ഞിരുന്നവരെ നിനക്കറിയാം. പിന്നീട് ജനങ്ങളുടെ പാപം അധികമാകുമ്പോൾ

അവർക്കുവേണ്ടി, അവരുടെ പാപപരിഹാരത്തിനുവേണ്ടി മരിക്കാനായിരുന്നു എന്റെ നിയോഗം. ഭൂമിയിൽ മനുഷ്യനായി പിറന്നു കഷ്ടങ്ങൾ ഏറ്റുവാങ്ങി മരിക്കണം. ആദ്യം നൂറു വർഷങ്ങൾ കൂടുമ്പോഴായിരുന്നു എന്റെ ജനനം. മുപ്പത്തിമൂന്നു വർഷങ്ങൾ അലഞ്ഞു തിരിഞ്ഞു പീഡനങ്ങളേറ്റു. ഇവിടെ ഈ മലമുകളിലെത്തി ജീവൻ വെടിയും. കുരിശിന്റെ ഭാരത്താൽ ഒന്നുകൂടി മുന്നോട്ടു കുനിഞ്ഞ യേശുവിന്റെ കണ്ണുകൾ നിറയുന്നത് ഭാമ കണ്ടു. കുരിശിരുന്ന ചുമലിൽ ചോര പൊടിയുന്നത് വിങ്ങുന്ന ഹൃദയത്തോടെ അവൾ നോക്കി നിന്നു.

“ഈ കുരിശിനുമുണ്ട് ഒരു കഥ. എന്നെ സ്നേഹിക്കുന്ന ജനങ്ങളെയാണ് ഇതിന്റെ വലിപ്പം സൂചിപ്പിക്കുന്നത്. എല്ലാ മനുഷ്യരുടെയും പാപമാണ് ഈ കുരിശിന്റെ ഭാരം.” ഒന്ന് നിവർന്നു നിൽക്കാൻ ശ്രമിച്ച യേശു പരാജയപ്പെട്ടു. “ആദ്യമൊക്കെ നൂറു വർഷങ്ങൾ കൂടുമ്പോൾ അവതരിച്ചിരുന്ന എന്റെ വരവിന്റെ എണ്ണം കൂടി. ഓരോ വരവിനും കുരിശിന്റെ വലിപ്പം കുറയുകയും ഭാരം കൂടുകയും ചെയ്തു. ഇപ്പോഴിതാ, ഈ കുരിശ് ഇത്ര ചെറുതായിരിക്കുന്നു. പക്ഷേ ഇതിന്റെ ഭാരം നിന്റെ സങ്കല്പങ്ങൾക്കും എത്രയോ അകലെയാണ്.”

തന്റെ കൈകൾ കാൽമുട്ടുകളിലൂന്നി നിൽക്കുകയാണദ്ദേഹം. ആ കണ്ണുകളിൽനിന്നു രണ്ടു നീർമുത്തുകൾ താഴെ പാറയിൽ വീണു പൊട്ടിച്ചിതറിയതു ഭാമ വിശ്വസിക്കാനാവാതെ നോക്കിനിന്നു.

“ഇനിയും ഇത് താങ്ങി ഇവിടെ നിൽക്കാൻ എനിക്ക് കഴിയില്ല. ഭാരം കൂടുന്നതിന് മുമ്പ് മലമുകളിലെത്തണം. ഇടയ്ക്കെവിടെയെങ്കിലും വീണുപോയാൽ അവിടെത്തന്നെ ചുമലിൽ ഈ കുരിശുമായി കിടക്കേണ്ടി വരും. മരിക്കുവാൻപോലും കഴിയാതെ.”

യേശുവിന്റെ വാക്കുകളിൽ ഭീതി നിഴലിക്കുന്നത് ഭാമ തിരിച്ചറിഞ്ഞു. അവൾക്കു സങ്കടം തോന്നി. തനിക്കൊന്നും ചെയ്യാൻ കഴിയുന്നില്ലല്ലോ എന്നോർത്ത്. ഒരു നല്ല മഴ പെയ്തിരുന്നെങ്കിൽ അദ്ദേഹത്തിനല്പം ആശ്വാസംകിട്ടുമായിരുന്നു.

യേശു മല കയറാൻ തുടങ്ങിക്കൊണ്ടു പറഞ്ഞു: “മുകളിലെത്തിയാൽ ഞാൻ ചുട്ടുപഴുക്കുന്ന ശിലയായി മാറും. ആത്മാവ് പിതാവിന്റെ അടുത്ത് സ്വർഗത്തിലേക്ക് പോകും; വീണ്ടും ഒരു ശാപജന്മത്തിനു വേണ്ടി. ഈ ലോകത്തു പാപങ്ങൾ ഇല്ലാതാകുമ്പോഴേ എനിക്ക് ഈ ശിലകളിൽ നിന്നു മോചനം ഉണ്ടാകൂ. പക്ഷേ... പക്ഷേ...” വാക്കുകൾ മുഴുമിപ്പിക്കാതെ അദ്ദേഹം യാത്ര തുടങ്ങി.

ഭാമയ്ക്ക് കരച്ചിലടക്കാനായില്ല. ഇരുട്ട് വീണ വഴികളിലൂടെ അവൾ വീട്ടിലേക്കോടി. പലയിടത്തു തട്ടിവീണതും കാൽമുട്ട് പൊട്ടി

ചോരയൊഴുകിയതും അവളറിഞ്ഞില്ല. ഏറെ ദൂരം ഓടിയശേഷം അവൾ തിരിഞ്ഞുനോക്കി. നേരത്തെ കണ്ടിടത്തുതന്നെ യേശു നിൽക്കുന്നു. ആ കുരിശിന്റെ ഭാരം വഹിച്ചു മലകയറാനാവാതെ അദ്ദേഹം നിൽക്കുകയാണ്. യേശു അവിടെ വീണുപോയാൽ... ഭാമയ്ക്കതു ചിന്തിക്കാൻകൂടി കഴിഞ്ഞില്ല. അവൾ ഞെട്ടിയുണർന്നു വിളിച്ചു പറഞ്ഞു. “യേശുവിനെ രക്ഷിക്കണേ... അദ്ദേഹത്തിന്റെ കുരിശിന്റെ ഭാരം കൂടുകയാണ്.”

തൊട്ടടുത്ത് കിടന്നിരുന്ന അമ്മ എഴുന്നേറ്റു പുറത്തുപോയതും മുറി പുറത്തുനിന്നു പൂട്ടിയതും അവളറിഞ്ഞു. അമ്മ അച്ഛനോട് പറയുന്നത് ഭാമ കേട്ടു, “ഇന്ന് സ്വപ്നം കണ്ടത് യേശുവിനെ ആണെന്ന് തോന്നുന്നു. ഇന്നലെ ഗാന്ധിജിയെ. തലേന്നാൾ മദർ തെരേസയെ. ഇങ്ങനെ എത്രനാൾ കൊണ്ടുപോകും?”

ഭാമയ്ക്ക് പക്ഷേ ഇത് കേട്ടു പാഴാക്കാൻ സമയമില്ലായിരുന്നു. അവൾ വീണ്ടും വീണ്ടും ഉറക്കെ ഉറക്കെ വിളിച്ചു പറഞ്ഞു, “യേശുവിനെ രക്ഷിക്കൂ... അദ്ദേഹത്തിന്റെ കുരിശിന്റെ ഭാരം കൂടുകയാണ്.”

■

താരാട്ട്

ടി.വി. ഓൺ ചെയ്തപ്പോൾ ഇഷ്ടപ്പെട്ട ഫോൺ ഇൻ പ്രോഗ്രാം തുടങ്ങുന്നതാണ് കണ്ടത്. അവതാരകയുടെ സൗന്ദര്യമാണോ സംസാരപാടവമാണോ തനിക്ക് ഈ പരിപാടി പ്രിയപ്പെട്ടതാക്കിയത് എന്നറിയില്ല. എല്ലാ ചാനലുകളിലൂടെയും ഒരു ഓട്ടപ്രദക്ഷിണം നടത്തിയിട്ടും ഈ ചാനലിൽ തന്നെയാണ് മനസ്സുടക്കി നിന്നത്.

നിറഞ്ഞ ചിരിയുമായി നിന്ന അവതാരകയെ പകുതി ആരാധനയോടെയും കുറച്ചു അസൂയയോടെയും ഞാൻ നോക്കിയിരുന്നു. കൊച്ചുകുട്ടികളും മുതിർന്നവരുമായി ധാരാളം പേർ പ്രോഗ്രാമിലേക്കു വിളിച്ചു. യാതൊരു പിരിമുറുക്കവുമില്ലാതെ സരസമായി അവതാരക സംസാരിച്ചുകൊണ്ടേയിരുന്നു. ഒട്ടും ബോറടിപ്പിക്കാതെ, മുൻപ് വിളിച്ചിട്ടുള്ളവരെ നിമിഷങ്ങൾകൊണ്ട് തിരിച്ചറിഞ്ഞു തന്റെ ഓർമ്മശക്തികൊണ്ടു കാഴ്ചക്കാരെ അത്ഭുതപ്പെടുത്തി അവൾ മുന്നേറി.

പ്രോഗ്രാം തീരാൻ നേരമായെന്നും ഇനി വരുന്നത് അവസാനത്തെ 'കോളർ' ആണെന്നും അവൾ പറഞ്ഞപ്പോൾ എനിക്ക് വിഷമം തോന്നി. അതിനു കാരണങ്ങൾ പലതായിരുന്നു. എന്തെങ്കിലും പ്രയോജനമുള്ള കാര്യങ്ങൾ ചെയ്യാമായിരുന്ന ഒരു മണിക്കൂർ ഇവളുടെ കൊച്ചുവർത്തമാനം കേട്ട് നഷ്ടപ്പെടുത്തിയിരിക്കുന്നു. അത് മാത്രവുമല്ല, സ്കൂളിൽ പോയി ക്ഷീണിച്ചു വന്നിരിക്കുന്ന മകന് ഒരു ഗ്ലാസ് പാല് പോലും ഉണ്ടാക്കിക്കൊടുത്തിട്ടുമില്ല. ചിന്ത ഇത്രയുമായപ്പോഴേക്ക് അവസാന 'കോളർ' എത്തി.

"ഹലോ... വെൽക്കം ടു......"

"താങ്ക് യു ചേച്ചി. എന്റെ പേര് മിഥുൻ."

"ഹായ് മിഥുൻ, എവിടുന്നാണ് വിളിക്കുന്നത്?"

"ഒമാനിൽനിന്നും."

"ഓ... മിഥുൻ നേരത്തെ വിളിച്ചിട്ടുണ്ടല്ലേ?"

"ഇല്ല ചേച്ചീ, ഞാൻ ആദ്യമായാണ് വിളിക്കുന്നത്."

അവതാരകയുടെ മുഖം മങ്ങിയത് കണ്ടപ്പോൾ സന്തോഷം തോന്നി. അവൾക്ക് അങ്ങനെത്തന്നെ വേണം. ഈയിടെയായി ഇത്തിരി ഓവർസ്മാർട്ട് ആകുന്നുണ്ട്, നന്നായി.

"ഓക്കെ. പിന്നെ അവിടെ എന്തൊക്കെയുണ്ട് വിശേഷങ്ങൾ, മിഥുൻ?"

'നല്ല വിശേഷം ചേച്ചി, എല്ലാം നന്നായി പോകുന്നു."

"അങ്ങനെത്തന്നെ ആവട്ടെ. പിന്നെ പറയൂ, മിഥുന് ഏതു പാട്ടാണ് വേണ്ടത്?"

"അത്... ചേച്ചീ, എനിക്ക് പിന്നെ... ഒരു താരാട്ടുപാട്ട് വെച്ച് തരുമോ?"

"താരാട്ടുപാട്ടോ? മിഥുൻ ഏതു ക്ലാസ്സിലാണ് പഠിക്കുന്നത്?"

"ടെൻതിൽ."

"പത്തിൽ പഠിക്കുന്ന ഒരു കുട്ടി താരാട്ടുപാട്ട് ചോദിക്കുമോ? ഐ ജസ്റ്റ് കാണ്ട് ബിലീവ്."

മറുപടി കേട്ടില്ല.

പെൺകുട്ടി തുടർന്നു: "സോറി മിഥുൻ. താരാട്ടുപാട്ട് വെച്ച് തരാൻ ചെറിയ ചില ടെക്നിക്കൽ പ്രോബ്ലെംസ്. മിഥുന് ഞാനൊരു അടിപൊളി പാട്ട് വെച്ച് തരട്ടെ?"

അതിനും മറുപടി കേട്ടില്ല. എന്റെ മനസ്സിൽ ജിജ്ഞാസയുണർന്നു. മിഥുൻ എന്താ മിണ്ടാത്തത്? അവനു താരാട്ടുപാട്ട് തന്നെ വേണോ? 'കോളർ' നന്നായി സംസാരിച്ചാലല്ലേ കേട്ടിരിക്കാൻ സുഖമുള്ളൂ. അവനിനിയും സംസാരിച്ചില്ലെങ്കിൽ എന്തെങ്കിലും പറഞ്ഞ് അവൾ ആ കോൾ കട്ടാക്കുമല്ലോ എന്നെനിക്ക് സങ്കടം തോന്നി.

"മിഥുൻ എന്താ ഒന്നും പറയാത്തത്? വേറെ പാട്ട് വെച്ച് തരട്ടെ?"

വീണ്ടും നിശ്ശബ്ദത.

"മിഥുൻ വീട്ടിൽ ഒറ്റയ്ക്കാണോ?"

ഉം... എന്നൊരു മൂളൽ കേട്ടോ!

"വേറാരുമില്ലേ?"

"ഇല്ല."

"ആദ്യം വിളിച്ചപ്പോഴത്തെ ഉഷാറൊന്നും ഇപ്പോഴില്ലല്ലോ. ഉറക്കം വരുന്നോ? ഉറങ്ങാൻ വേണ്ടിയാണോ താരാട്ടുപാട്ട് ചോദിച്ചത്? മിഥുന് സഹോദരങ്ങൾ ആരുമില്ലേ?"

“ഇല്ല ചേച്ചീ. ഞാൻ ഒറ്റമോനാണ്.”

“ലക്കി യൂ. അപ്പോൾ കൊഞ്ചിച്ചായിരിക്കുമല്ലോ വളർത്തുന്നത്.”

മറുപടിയായി ഒരു മൂളൽ കേട്ടപോലെ.

“മിഥുൻ, മോന് ഏതു തരം പാട്ടുകളോടാണ് കൂടുതൽ ഇഷ്ടം? താരാട്ട് പാട്ടുകളോടാണോ?”

“ങ്ഹാ...”

“അതെന്താ? അമ്മ ഒത്തിരി താരാട്ടുപാട്ടുകൾ പാടിത്തന്നിട്ടുണ്ടാവും അല്ലേ?”

“അറിയില്ല.”

“അത് ശെരിയാ. മിഥുനന്ന് കൊച്ചു കുട്ടിയായിരിക്കുമല്ലോ അല്ലേ മോനേ.”

“അത്... അറിയില്ല ചേച്ചീ. എനിക്ക്... എനിക്ക് അമ്മയില്ല. എന്റെ അമ്മ...” വിതുമ്പിയ സ്വരത്തിൽ അവൻ പറഞ്ഞു.

“ങേ...” എന്ന് ഞെട്ടലോടെ അവതാരകയുടെ മുഖം വിളറുന്നത് ഞാൻ കണ്ടു. എന്റെ ഹൃദയത്തിൽ വലിയ ഒരു ഓളമുണ്ടായതും അതിന്റെ അലകളിൽ എന്റെ വിരൽത്തുമ്പുപോലും വിറകൊള്ളുന്നതും ഞാനറിഞ്ഞു.

ആ കുട്ടിയോട് എന്ത് മറുപടി പറയണമെന്ന് അവളോടൊപ്പം ഞാനും വിഷമിച്ചു.

“ഓക്കേ മിഥുൻ, ഞങ്ങൾ വേറെ ഒരു പാട്ട് വെച്ച് തരാം. നല്ല ഒരു വീക്കെൻഡ് ആശംസിക്കുന്നു.”

ഇത്രയും പറഞ്ഞു, വിയർത്തു തുടങ്ങിയ മുഖവുമായി അവൾ സ്ക്രീനിൽനിന്നും അപ്രത്യക്ഷയായി.

അമ്മേയെന്നു വിളിച്ച്, ഞാൻ എന്നോ പഠിപ്പിച്ച ഒരു കുസൃതിപ്പാട്ടും പാടി, ഓടിവന്ന് എന്റെ കഴുത്തിൽ തൂങ്ങിയ മകനെ വാരിയെടുത്ത് മടിയിൽ വെച്ച് നെറുകയിൽ ഉമ്മ വയ്ക്കുമ്പോൾ മനസ്സ് പിടഞ്ഞു. ദൂരെയെവിടെയോ, മണലാരണ്യത്തിലെ ഒരു വീട്ടിൽ, കണ്ടിട്ടില്ലാത്ത അമ്മയുടെ സ്നേഹത്തിനു കാത്തിരിക്കുന്ന, താരാട്ടു പാട്ടിനു കൊതിക്കുന്ന, ഒറ്റപ്പെട്ടുപോയ ഒരു കുഞ്ഞുമനസ്സിന്റെ തേങ്ങൽ എന്റെ കാതിൽ കേട്ടുകൊണ്ടേയിരുന്നു.

■

രാക്കെ

നല്ല തണുപ്പുള്ള ഒരു പ്രഭാതത്തിലാണ് ആ പേരയ്ക്കക്കാരൻ ആദ്യമായി ഞങ്ങളുടെ ഫ്ളാറ്റിനു മുന്നിൽ പ്രത്യക്ഷപ്പെടുന്നത്. എല്ലാ ഇലകളും പൊഴിച്ച് കത്തുന്ന സ്നേഹംപോലെ ചുവന്ന പൂക്കൾ പുതച്ചു നിൽക്കുന്ന വാകമരത്തിനു താഴെയായിരുന്നു അയാൾ നിന്നത്. പഴയതും ചായം ഇളകിത്തുടങ്ങിയതുമായ ഒരു നാലുചക്ര ഉന്തുവണ്ടിയായിരുന്നു അയാളുടേത്. ബാംഗ്ലൂർ നഗരത്തിൽ പഴങ്ങളും ചെടികളും പച്ചക്കറികളും വിൽക്കുന്ന ഇത്തരം വണ്ടികൾ സാധാരണമായതുകൊണ്ട് അതിലൊരു പുതുമയുമുണ്ടായിരുന്നില്ല. പക്ഷേ പുതുമയുള്ള ഒന്ന് അയാളുടെ പക്കലുണ്ടായിരുന്നു. വണ്ടിയിൽ കൂട്ടിയിട്ടിരിക്കുന്ന പേരയ്ക്കയുടെ അരികിൽ പൂച്ചക്കണ്ണുള്ള ഒരു കൊച്ചുപെൺകുഞ്ഞ്.

അവിടവിടെ കീറിയ ഒരു പുതപ്പിട്ടുമൂടി അവൾ ആ പേരയ്ക്കയുടെ ഒപ്പം കിടന്നു വഴിപോക്കരെ എല്ലാം നോക്കി ചിരിച്ചുകൊണ്ടിരുന്നു. ആരുടെ മനസ്സും ആർദ്രമാക്കാൻ പോന്ന ചിരിയായിരുന്നു അവളുടേത്. പേരയ്ക്ക വാങ്ങാൻ ചെല്ലുന്നവരെല്ലാം അവളെ ഒന്ന് കൊഞ്ചിക്കാതെ പോയില്ല. സ്കൂൾ ബസ് കാത്തുനിൽക്കുന്ന എന്റെ മകൾ ഉൾപ്പെടെ ഉള്ളവരെ നോക്കി അവൾ ചിരിച്ചുകൊണ്ടേയിരുന്നു.

പോകെപ്പോകെ ആ അച്ഛനും മകളും ഞങ്ങളുടെ ദിവസങ്ങളുടെ ഭാഗമായി. അവളെ അടുത്ത് കാണാൻ വേണ്ടി മാത്രം കുട്ടികൾ പേരയ്ക്ക വാങ്ങാൻ വഴക്കിട്ടു തുടങ്ങി. അച്ഛനോടൊപ്പം ചില്ലുഗ്ലാസിൽ അവൾ ചൂട് ചായ ഊതിക്കുടിക്കുന്നത് പ്രഭാതത്തിലെ മനോഹരമായ ഒരു കാഴ്ചയായി മാറി. വൈകിട്ട് സ്കൂൾബസ്സിൽ നിന്ന് ഇറങ്ങുമ്പോൾതന്നെ കുട്ടികളുടെയെല്ലാം കണ്ണുകൾ അവളെ ത്തേടി പാഞ്ഞുനടന്നു. പക്ഷേ ഇതൊക്കെയാണെങ്കിലും അവരോടു കൂടുതൽ അടുക്കാൻ ഞാനും മറ്റുള്ളവരും കുട്ടികളെ അനുവദിച്ചിരുന്നില്ല. തങ്ങളുടെ മക്കൾ ഒരു സാധാരണ വഴിവാണിഭക്കാരന്റെ

മകളോട് ചങ്ങാത്തം കൂടുന്നത് സമ്മതിച്ചു കൊടുക്കാൻ തക്ക വലിയ മനസ്സ് ആർക്കും ഉണ്ടായിരുന്നില്ല എന്ന് എനിക്ക് അറിയാമായിരുന്നു.

"എന്താമ്മേ ആ മോൾടെ പേര്?" ചോദ്യം മകളുടേതായിരുന്നെങ്കിലും കുറെ ദിവസമായി ഞാനും മനസ്സിലത് എന്നോടുതന്നെ ചോദിച്ചുകൊണ്ടിരുന്നതായിരുന്നു.

"എനിക്കറീല്ല, നീ സ്കൂൾ ബസ് വരുന്നോ എന്ന് നോക്ക്." എന്ന് പറഞ്ഞു ഞാൻ വിഷയം മാറ്റാൻ നോക്കി.

"അമ്മ വന്നേ, നമുക്ക് പോയി ചോദിക്കാം" എന്നായി അവൾ.

"ചുമ്മാതിരിക്കൂ മോളെ. അവരെന്തേലും ആവട്ടെ. ഇന്നത്തെ ക്ലാസ്ടെസ്റ്റിന് ഒരു മാർക്കെങ്കിലും കളഞ്ഞിട്ട് ഇങ്ങോട്ടു വാ കേട്ടോ" എന്ന് അവളെ പേടിപ്പിക്കാൻ നോക്കുമ്പോഴേക്കും ഭാഗ്യത്തിന് സ്കൂൾ ബസ് എത്തി. ബസ് പോയി കഴിഞ്ഞും ഞാൻ അവിടെ ത്തന്നെ നിന്നു. വാകമരത്തിന്റെ താഴ്ന്ന ചില്ലയിൽ കെട്ടിയ ഒരു തുണിത്തൊട്ടിലിൽ അയാൾ അവളെ ഉറക്കുന്നു. തൊട്ടിലാട്ടത്തിനനുസരിച്ച് ഒന്നും രണ്ടുമായി പൂവിതളുകൾ അവർക്കു മേലേയ്ക്ക് വീഴുന്നുണ്ട്.

എവിടെപ്പോയാലും തന്നെ എടുത്തുകൊണ്ട് നടന്നിരുന്ന അച്ഛനായിരുന്നു അപ്പോൾ എന്റെ മനസ്സിൽ. തനിക്കു പുതിയ വെള്ളിക്കൊലുസ് വാങ്ങി വരാമെന്നു പറഞ്ഞു പോയ അച്ഛനെ പിന്നെ കണ്ടിട്ടില്ല. എന്തിനു പോയെന്നോ എവിടെ പോയെന്നോ ആർക്കും അറിയില്ല. സങ്കടസമയങ്ങളിൽ "അച്ഛാ..." എന്ന് വിളിച്ചു കരയുന്ന ഒരു മനസ്സാണ് ഇപ്പോഴും ഉള്ളിലുള്ളത്. ആ ആൾക്ക് എങ്ങനെ ഈ കുഞ്ഞിനേയും അവളുടെ അച്ഛനെയും കണ്ടില്ലെന്നു വെക്കാനാകും.

* * *

കന്നഡക്കാറ്റിന് കാമുകമനസ്സാണ്. ചൂളം വിളിച്ചെത്തി ഒരു പെണ്ണിന്റെ ശരീരത്തിലൂടെയും മുടിയിഴകളിലൂടെയുമെല്ലാം അരിച്ചിറങ്ങി അവളുടെ ഉടുപ്പുടവയെല്ലാം അഴിച്ച് ഓടാൻ വെമ്പൽ കൊള്ളുന്ന ഒരു കള്ളക്കാമുകന്റെ മനസ്സ്. ഒരു ദിവസം അവനുമായുള്ള മൽപ്പിടുത്തത്തിനിടെയാണ് അത് കണ്ടത്. പതിനഞ്ചാം നിലയിലെ ഫ്ളാറ്റിൽ ഒറ്റയ്ക്ക് കഴിയുന്ന ആ പെൺകുട്ടി അയാളോടും കുഞ്ഞിനോടും സംസാരിക്കുന്നു. അവളുടെ വിരലുകൾക്കിടയിൽ സദാ എരിയുന്ന സിഗരറ്റു കാണാറുണ്ട്. പലപ്പോഴും തോന്നിയിട്ടുണ്ട് അതൊരു സ്വാതന്ത്ര്യപ്രഖ്യാപനമാണെന്ന്. ആരെയോ വെല്ലുവിളിക്കുംപോലെ കുട്ടിനിക്കറുകളും സ്ലീവ്ലെസ് ബനിയനുകളും

ഇട്ട്, ചുരുചുരാ ചുരുണ്ട മുടിയിഴകൾ കെട്ടാതെ പാറിപ്പറപ്പിച്ച് നടന്നിരുന്ന അവൾക്ക് ആ ഫ്ളാറ്റിൽതന്നെ ധാരാളം ആൺസുഹൃത്തുക്കൾ ഉണ്ടായിരുന്നു. പെൺകുട്ടികളും സ്ത്രീകളും അവളെ തീർത്തും ഒറ്റപ്പെടുത്തിയിട്ടാവും അവൾ ആൺകുട്ടികളോട് കൂടാൻ പോയത്. ചിലപ്പോൾ പാർക്കിങ്ങിൽ അല്ലെങ്കിൽ കാറിനുള്ളിൽ അതുമല്ലെങ്കിൽ ഫ്ളാറ്റിനു മുന്നിലെവിടെയെങ്കിലും അവളുണ്ടാകും. എന്തോ ചിന്തകളിൽ സ്വയം മറന്നാണ് മിക്കവാറും കാണുക. മുന്നിലൂടെ പോകുന്ന ഒന്നിനെയും അവൾ കാണാറില്ല, എന്നാൽ മറ്റെല്ലാവരും അവളെ കാണാറുണ്ട്. ആ ഫ്ളാറ്റിലെ പല സ്ത്രീകളുടെയും ഉള്ളിൽ അസൂയയുടെ കടൽ തീർത്തുകൊണ്ട് ജീവിച്ച അവൾ പക്ഷേ സദാചാര കമ്മിറ്റിക്കാരുടെ നോട്ടപ്പുള്ളി ആയിരുന്നു. ഒരിക്കൽ തന്നെ നോക്കി ചിരിച്ച അവൾക്കൊരു മറുചിരി കൊടുത്തപ്പോൾ അരുൺ തന്നോട് പറഞ്ഞത് ഇപ്പോഴും മനസ്സിൽ ലയിച്ചുചേരാതെ കിടക്കുന്നു.

“എന്താണ് ചിരിയും കളിയും? അവളുമായി ചങ്ങാത്തത്തിനുള്ള പുറപ്പാടാണോ? സ്വയം ഉണ്ടാക്കിവെക്കുന്ന തലവേദനകൾ സ്വയം പരിഹരിച്ചോണം.”

അവളോട് എല്ലാർക്കും എന്താ ഇത്ര ദേഷ്യം എന്ന തന്റെ ചോദ്യത്തിന് ദഹിപ്പിക്കുന്ന ഒരു നോട്ടമായിരുന്നു മറുപടി.

“അവൾ ആള് ശരിയല്ല കൃഷ്ണേ.”

“അവൾ ശരിയല്ലാത്ത എന്തെങ്കിലും ചെയ്യുന്നത് ഏട്ടൻ കണ്ടോ? കാണാത്തതു എന്തിനാ ഏട്ടാ പറയുന്നത്.”

“ഇതൊന്നും കാണേണ്ട കാര്യമില്ല. അവളുടെ മട്ടും ഭാവവും വേഷവും കണ്ടാൽതന്നെ അറിയാം ആള് ശരിയല്ലെന്ന്. കൊള്ളാവുന്ന ഒറ്റ പെണ്ണുങ്ങൾ അവളോട് സംസാരിക്കുന്നതു നീ കണ്ടിട്ടുണ്ടോ?”

ഏട്ടൻ വിജയഭാവത്തിൽ തന്നെ നോക്കിയപ്പോൾ ചിരിയാണ് വന്നത്.

“അപ്പൊ ഈ വേഷമിട്ടാൽ ഞാനും ശരിയല്ലാതാവുമോ ഏട്ടാ. അതിനാണോ രാത്രിയിൽ നമ്മുടെ മുറിയിൽ ആരുമറിയാതെ ഇത്തരം വേഷങ്ങളൊക്കെ എന്നെ ഇടീക്കാറ്?”

ഉത്തരം മുട്ടിയപ്പോൾ ചാടിത്തുള്ളി നടന്നുപോയ അയാളോട് സഹതപിക്കാനേ കഴിഞ്ഞുള്ളൂ.

ഒളിപ്പിച്ചുവെച്ച ഒരു സമ്മാനപ്പൊതി അവൾ ആ പെൺകുഞ്ഞിന് കൊടുത്തു. ചിരിക്കുന്ന കണ്ണുകളോടെ ആ കുഞ്ഞതു വാങ്ങി. അച്ഛൻ എന്തൊക്കെയോ അവളോട് പറയുന്നു. ആ പൊതിയിലെന്താണെന്ന് അറിയാനുള്ള അടക്കാനാവാത്ത ആഗ്രഹംകൊണ്ട് പേരയ്ക്ക

വാങ്ങാനെന്ന മട്ടിൽ ഞാനും അങ്ങോട്ട് നീങ്ങി. ഒരു പുത്തൻ ഉടുപ്പും ഒരു പാവയുമാണ് അതിലുണ്ടായിരുന്നത്. ഞാൻ അത്ഭുതത്തോടെ അവളെ നോക്കി. അവളെന്നെ നോക്കി ചിരിച്ചു.

'ഞാൻ സോന' എന്ന് പറഞ്ഞ് അവൾ പരിചയപ്പെട്ടു. ആരെയും ഒന്നിനെയും പേടിക്കാതെ ഏറ്റവും സന്തോഷത്തോടെ ഒരു സ്ത്രീ അത്രയും മനോഹരമായി ചിരിക്കുന്നത് ഞാൻ എന്റെ ജീവിതത്തിൽ ആദ്യമായി കാണുകയായിരുന്നു. ആ കുഞ്ഞിന്റെ കവിളത്തു സ്നേഹത്തോടെ തട്ടി നടന്നു പോയ അവളെ നോക്കി നിൽക്കുന്ന ആ അച്ഛന്റെ കണ്ണുകൾ നിറഞ്ഞിരിക്കുന്നത് ഞാൻ കണ്ടു. അപ്പോഴേക്കും ഉടുപ്പ് ഉപേക്ഷിച്ചു പുതിയ പാവയുമായി അവൾ ചങ്ങാത്തം കൂടിയിരുന്നു.

അപ്പോഴെല്ലാം മഴക്കാർ ഉരുണ്ടു കൂടുന്ന മാനത്തേക്ക് അയാൾ ആധിയോടെ നോക്കിക്കൊണ്ടിരുന്നു. പാവയുമായി അവൾ കളിക്കുകയാണ്. ഇടയ്ക്കിടെ അച്ഛനോട് എന്തൊക്കെയോ കൊഞ്ചി പറയുന്നുമുണ്ട്. ആ അച്ഛന്റെ ജീവനിൽ പാതിയും അവളാണെന്നു കാണുന്ന ആർക്കും മനസ്സിലാകുമായിരുന്നു. മഴ പൊടിയാൻ തുടങ്ങിയപ്പോൾ അയാൾ മെല്ലെ പോകാനൊരുങ്ങി. ഒരു ദിവസത്തെ കച്ചവടം നഷ്ടമാകുന്നതിന്റെ എല്ലാ നിരാശയും അയാളിലുണ്ടായിരുന്നു. അവൾക്ക് അയാൾ ഒരു കുട എടുത്തു നിവർത്തി കൊടുത്തു. വളരെ പഴക്കമുള്ള പിഞ്ഞിക്കീറിത്തുടങ്ങിയ ഒരു നരച്ച കുട. അതിന്റെ ചെറിയ ഓട്ടകളിലൂടെ മഴത്തുള്ളികൾ അകത്തേക്ക് വീഴാതിരിക്കാൻ ചെറിയ ചാക്കിന്റെ കഷ്ണങ്ങളും തുണിക്കഷ്ണങ്ങളുംകൊണ്ട് അയാൾ മറച്ചിട്ടു. അയാളുടെ അദൃശ്യമായ സ്നേഹക്കൈകൾ അവളെ എപ്പോഴും ചേർത്തുപിടിച്ചുകൊണ്ടിരുന്നു.

* * *

പിന്നീടുള്ള രണ്ടു ദിവസം അവരെ കണ്ടില്ല. കുട്ടികളും അവരുടെ അമ്മമാരുമൊക്കെ അന്വേഷിക്കുന്നത് കേട്ടു. അവർ ഒരുപക്ഷേ ഈ നാട്ടിൽനിന്നുതന്നെ പോയിക്കാണും എന്നും പറഞ്ഞു കേട്ടു. അരുൺ ബിസിനസ് യാത്രയിലാണ്. വൈകിട്ട് മോൾ വരുന്നത് വരെ വീട്ടിൽ പ്രത്യേകിച്ച് ജോലിയൊന്നുമില്ല. അവരെ അന്വേഷിച്ചിറങ്ങാൻ തന്നെ ഞാൻ തീരുമാനിച്ചു. മെല്ലെ റോഡിലേക്കിറങ്ങിയപ്പോൾ പുറകിൽ നിന്നൊരു വിളി കേട്ടു, "കൃഷ്ണേ..." ഞെട്ടി തിരിഞ്ഞപ്പോൾ സോനയാണ്.

"എങ്ങോട്ടാണ്?"

താൻ മറുപടി പറയാതെ നിന്നപ്പോൾ അവൾ അടുത്തേക്ക് വന്നു.

"എന്താ എന്ത് പറ്റി, എന്തേലും പ്രശ്നമുണ്ടോ, എന്റെ സഹായം വേണോ?"

തുരുതുരെ വന്ന ചോദ്യങ്ങൾ കേട്ടു ഞാൻ അമ്പരന്നു.

"ഞാൻ ആ പേരയ്ക്കക്കാരനെയും കുഞ്ഞിനേയും അന്വേഷിച്ചു പോകാൻ."

സോന പൊട്ടിച്ചിരിച്ചുകൊണ്ട് എന്നെ കെട്ടിപ്പിടിച്ചു.

"വാ, ഞാനും വരാം. നമ്മൾക്ക് ഒന്നിച്ചു കണ്ടുപിടിക്കാം" എന്നും പറഞ്ഞ് എന്റെ കൈയും പിടിച്ചു നടന്നുതുടങ്ങി. ഫ്ളാറ്റിന്റെ ചുറ്റുവട്ടത്തുനിന്ന് പല സദാചാരക്കണ്ണുകളും തന്നെ കൊത്തിവലിക്കുന്നത് കൃഷ്ണ അറിഞ്ഞു.

ആ വഴിയിലൂടെ അവളോടൊപ്പം നടക്കുമ്പോൾ ഞാൻ ഓർക്കുകയായിരുന്നു, ഈ വഴികളുടെ പണ്ടത്തെ ഭംഗിയെക്കുറിച്ച്. ഇരുവശവും വള്ളി വീശിപ്പടർന്നു കിടന്ന മുന്തിരിത്തോട്ടങ്ങൾ, പച്ച പുതച്ച വഴിയോരങ്ങൾ, മുന്തിരിപ്പൂക്കളുടെ മണമുള്ള കാറ്റ്... എല്ലാം നഷ്ടമായി. മുന്തിരിത്തോട്ടങ്ങൾ വെട്ടിമാറ്റി ആ സ്ഥലങ്ങളിൽ ഇരുപതും മുപ്പതും നിലയുള്ള കെട്ടിടങ്ങൾ ഉയർന്നുപൊങ്ങി. നായകളുടെ വിഹാരനിലമായി മാറിയ തെരുവോരങ്ങളിൽ പ്ലാസ്റ്റിക്കും മാലിന്യവും നിറഞ്ഞു.

സോന ആരോടൊക്കെയോ അവരെക്കുറിച്ച് ചോദിക്കുന്നുണ്ടായിരുന്നു. ഒടുവിൽ എന്നെ നോക്കി ചിരിച്ചുകൊണ്ട് പറഞ്ഞു: "കൃഷ്ണ, അവരിവിടെ അടുത്താണ് താമസം. ഇനി കഷ്ടിച്ച് പത്തു മിനിറ്റ് നടന്നാൽ മതി."

അഴുക്കു വെള്ളവും മാലിന്യവും ഒഴുകുന്ന ഒരു ഇടവഴിയിലൂടെ ഞങ്ങൾ നടന്നു. പലയിടത്തും കാലുകൾ വെക്കാൻ അറച്ചു ഞാൻ നിന്നു. ഇതിലൊന്നും കൂസാതെ നടക്കുന്ന സോനയെ അത്ഭുതത്തോടെ കാണുകയായിരുന്നു ഞാൻ. എത്ര ചെറിയ കാര്യങ്ങളിലൂടെയാണ് മനുഷ്യർ പരസ്പരം വിലയിരുത്തുന്നത് എന്നോർത്ത് എനിക്ക് സങ്കടം തോന്നി. അവളുടെ ജീവിതം അവളുടെ ഇഷ്ടത്തിന് ജീവിക്കാനുള്ള സ്വാതന്ത്ര്യം അവൾക്കുണ്ടെന്ന് ആരും ചിന്തിക്കുന്നില്ല. ഒരു സഹജീവിയോട് കാണിക്കുന്ന സഹാനുഭൂതിയിലൂടെ, അവൾ തനിക്കറിയുന്ന ആരെക്കാളും നല്ലവളായി മാറുകയാണ്.

അവൾ ഒരു കൊച്ചുകുടിലിനു നേരെ കൈ ചൂണ്ടി.

"അവർ അവിടെയാണ് കൃഷ്ണാ."

കുടിലിൽനിന്ന് കുഞ്ഞിന്റെ കരച്ചിലും അച്ഛന്റെ സംസാരവും കേൾക്കാം. ഒട്ടും മടിക്കാതെ സോന ആ കുടിലിലേക്ക് കയറി; ഒപ്പം ഞാനും.

ഞങ്ങളെ കണ്ടു കുഞ്ഞ് കരച്ചിൽ നിർത്തുകയും അച്ഛൻ ആശ്ചര്യപ്പെടുകയും ചെയ്തു. എത്ര അടുക്കും ചിട്ടയിലുമാണ് ആ കുടിൽ വെച്ചിരിക്കുന്നത്. ഒരു പെണ്ണിന്റെ കൈസാമർത്ഥ്യമാണ് അവിടെ കണ്ടത്. അവളുടെ അമ്മയെയും കാണണം എന്നുള്ളത് ഈ യാത്ര തുടങ്ങുമ്പോൾ എന്റെ ആഗ്രഹമായിരുന്നു. എന്റെ കണ്ണുകൾ തിരഞ്ഞത് ആ അമ്മയെ ആയിരുന്നു. പക്ഷേ ആരെയും അവിടെ കണ്ടില്ല.

ഇതിനോടകം സോന അവരോടു സംസാരം തുടങ്ങിയിരുന്നു. കുഞ്ഞിന് പനി ആയതുകൊണ്ടാണ് അവരെ കാണാത്തത് എന്ന് പറഞ്ഞ്, അയാൾ ഞങ്ങൾക്ക് ഇരിക്കാനായി ഒരു തടിയുടെ ബെഞ്ച് നീക്കിയിട്ടു.

“ഈ സുന്ദരിയുടെ പേരെന്താ?” അതായിരുന്നു എന്റെ ആദ്യത്തെ ചോദ്യം.

“രാക്ക” എന്ന് പറഞ്ഞ് അയാൾ പുഞ്ചിരിച്ചു,

അവൾ നടന്നുചെന്ന് അയാളുടെ ദേഹത്തിൽ അള്ളിപ്പിടിച്ചു കയറാൻ നോക്കി. അയാൾ കുനിഞ്ഞ് അവളെ എടുത്തു നെഞ്ചോട് ചേർത്തു. അയാളുടെ ചെവിയിലെ വളയക്കമ്മലിൽ അവൾ വിരലുകൾ കോർത്ത് വലിച്ചു രസിച്ചു.

“രാക്ക എന്നാൽ ആസ്സാം ഭാഷയിൽ പൂർണ്ണചന്ദ്രൻ എന്നാണർത്ഥം. ഇവളാണെന്റെ ജീവിതത്തിന്റെ വെളിച്ചം, എന്റെ പൗർണമി.” അയാൾ അവളുടെ ചെമ്പിച്ച മുടി മാടിയൊതുക്കിക്കൊണ്ടു സ്നേഹത്തോടെ പറഞ്ഞു.

“ആസ്സാം ഭാഷയിലോ?” എന്റെ ചോദ്യം അല്പം ഉറക്കെയായിരുന്നു

“മ്മ്... ഇവളുടെ അമ്മ അവിടത്തുകാരിയാണ്.” അയാൾ മെല്ലെ പറഞ്ഞു.

“എന്നിട്ട് ആളെവിടെ?” എനിക്ക് ചോദിക്കാതിരിക്കാനായില്ല.

“അവൾ...” അയാൾ മുഴുവൻ പറയാതെ നിർത്തി.

“ഇവിടെ ഇല്ലേ?” ക്ഷമ നശിച്ച ഞാൻ പിന്നെയും ചാടിക്കയറി ചോദിച്ചു.

“ഇല്ല, ഇവളെ എന്നെ ഏല്പിച്ച് അവൾ പോയി.” വേദന നിറഞ്ഞ ശബ്ദത്തിൽ അയാൾ പറഞ്ഞു. അതിനുശേഷം കുഞ്ഞിനെ ഒന്ന് ആഞ്ഞുപുണർന്നു. അയാളുടെ ശബ്ദത്തിലെ വ്യത്യാസം കേട്ടാവണം അവൾ അയാളുടെ കഴുത്തിൽ ചുറ്റിപ്പിടിച്ചു തോളത്തേക്കു തല ചായ്ച്ചു കിടന്നു.

“അപ്പൊ ഇവിടെ?” സോന ചോദിച്ചു.

“ഞാനും ഇവളും മാത്രം.”

“നിങ്ങളെ കാണാതായതുകൊണ്ട് അന്വേഷിച്ചിറങ്ങിയതാണ് ഇവൾ. ഇവൾക്ക് കൂട്ട് വന്നതാണ് ഞാൻ.” സന്ദർഭത്തിന് അല്പം അയവു വരുത്താനായി സോന പറഞ്ഞു

ഇവളുടെ അമ്മയെക്കൂടി കാണാനാണ് ഞാൻ വന്നത് എന്ന് പറഞ്ഞപ്പോൾ അയാളുടെ നോട്ടം ആ കുടിലിന്റെ ഭിത്തിയിൽ ഒട്ടിച്ച ഒരു ഫോട്ടോയിലേക്കു നീണ്ടു. സുന്ദരിയായ ഒരു സ്ത്രീയുടെ ചിത്ര മായിരുന്നു അത്.

“എങ്ങനെയാണ് ഇവർ?” ചോദ്യം മുഴുമിപ്പിക്കാനാവാതെ ഞാൻ നിർത്തി.

കുഞ്ഞിനെ താഴെ നിർത്തി അയാളും നിലത്തിരുന്നു.

ചോദ്യത്തിന് മറുപടിയായി അയാളൊരു കഥ പറഞ്ഞു തുടങ്ങി.

“വർഷങ്ങൾ മുമ്പ് ജോലിക്കായി പല സ്ഥലങ്ങളും കറങ്ങി ക്കറങ്ങി ഒടുവിൽ ഞാൻ അസ്സമിലാണ് എത്തിയത്. അതൊരു വല്ലാത്ത സമയമായിരുന്നു. മഴ എന്ന് പറഞ്ഞാൽ പേമാരി. രാപ്പ കലില്ലാതെ പെയ്യുന്ന മഴയിൽ അരുവികൾ പുഴകളായും പുഴകൾ സമുദ്രങ്ങളായും മാറി. പ്രളയത്തിൽ നാടും നഗരവും മുങ്ങിത്താണു. എന്തിനാണ് ആ സ്ഥലത്തേക്ക് തിരിച്ചതെന്നോർത്തു ഞാൻ എന്നെ ത്തന്നെ ശപിച്ചു. അറിയാത്ത ആ നാട്ടിൽ ഒടുങ്ങാനായിരിക്കുമോ വിധിയെന്നോർത്തു സങ്കടപ്പെട്ടു.

മുട്ടറ്റവും അരയൊപ്പവും പിന്നെ കഴുത്തറ്റവും വെള്ളമെത്തി. എങ്ങനെയൊക്കെയോ അടുത്ത് കണ്ട ഒരു കെട്ടിടത്തിന്റെ മുകളിൽ കയറിപ്പറ്റി. പരസ്പരം അറിയില്ലായിരുന്നെങ്കിലും ഞങ്ങൾ കുറച്ചു പേർ അവിടെ ഒന്നിച്ചുണ്ടായിരുന്നു. തൊട്ടുമുന്നിലൂടെ ചുവന്നു കലങ്ങിയൊഴുകുന്ന ബ്രഹ്മപുത്ര നദി. പക്ഷേ കുടിവെള്ളംപോലു മില്ലാതെ ഞങ്ങൾ നട്ടംതിരിഞ്ഞു. രാവും പകലും ഉറങ്ങാൻപോലു മായില്ല. ഉറങ്ങുമ്പോൾ വെള്ളം കയറിവന്നാലോ എന്ന് പേടിച്ചു ഞങ്ങൾ ഉറങ്ങാതിരുന്നു. കണ്ണെത്താദൂരത്തോളം പരന്ന് കിടക്കുന്ന പ്രളയജലം ഞങ്ങളെ ഓരോ നിമിഷവും ഭയപ്പെടുത്തി. തലങ്ങും വിലങ്ങും വീശിയടിക്കുന്ന കാറ്റും തോരാത്ത മഴയും.

ഒടുവിൽ മരിക്കുമെന്നുറപ്പിച്ച ഞങ്ങളെത്തേടി നാലാം ദിവസം ഒരു തോണി എത്തി. അവർ തന്ന വെള്ളം അമൃത് പോലെ ഞങ്ങൾ കുടിച്ചു. ഏതോ ദിക്കിലെ ഒരു ദുരിതാശ്വാസക്യാമ്പിൽ അവർ ഞങ്ങളെ എത്തിച്ചു. ജീവൻ തിരിച്ചുകിട്ടിയ ആശ്വാസത്തിലായിരുന്നു

ഞാൻ. വെള്ളവും ആഹാരവുമൊക്കെ സമയത്തു കിട്ടിയപ്പോൾ ഒരു ദിവസംകൊണ്ട് ആരോഗ്യം വീണ്ടെടുത്തു. ആ ക്യാമ്പ് എനിക്ക് പുതിയ പല അനുഭവങ്ങളും തന്നു. മനുഷ്യൻ എത്ര നിസ്സാരനും നിസ്സഹായനും ആണെന്ന് അന്ന് പഠിച്ചു. പല കാഴ്ചകളും ജീവിതത്തെ കൂടുതൽ കൂടുതൽ സ്നേഹിക്കാൻ എന്നെ പ്രേരിപ്പിച്ചു.

അങ്ങനെ രണ്ടു ദിവസം കഴിഞ്ഞപ്പോൾ ഒരു കൂട്ടം ആളുകൾ ഒരിടത്തു കുടുങ്ങിക്കിടക്കുന്നു എന്ന വാർത്ത കേട്ട് രക്ഷാപ്രവർത്തനത്തിന് അവരോടൊപ്പം പോകാൻ ഞാനും തയ്യാറായി. ജീവൻ പണയം വെച്ചുള്ള പോക്കാണെന്നു തിരിച്ചറിഞ്ഞു തന്നെയാണ് ഞാനിറങ്ങിയത്. ആറ് തോണികളിലായി ഞങ്ങൾ യാത്ര തിരിച്ചു.

മനുഷ്യരുടെ ജഡങ്ങൾ ഒഴുകിനടക്കുന്നത് ഞാൻ കണ്ടു. മണിക്കൂറുകൾക്കു മുൻപ് വരെയും മറ്റുള്ളവരെ ദ്രോഹിച്ചും ഒറ്റിക്കൊടുത്തും നേടിയത് ഒന്നും അവരെ ആരെയും ജീവിക്കാൻ സഹായിച്ചില്ല. ഇവർ എവിടെ മറഞ്ഞു എന്ന് പോലും ആരും ചിലപ്പോളറിയില്ല. ഈ ഭൂചരിത്രത്തിൽ അവരുടെ അവസാനം ആരും രേഖപ്പെടുത്തില്ല. മനുഷ്യർ മാത്രമല്ല കന്നുകാലികളും വളർത്തുമൃഗങ്ങളുമെല്ലാം ചത്തുപൊങ്ങി ഒഴുകി നീങ്ങുന്നു.

പറഞ്ഞ സ്ഥലത്തെത്തിയപ്പോൾ ഞങ്ങൾ അമ്പരന്നു. ഒന്നുരണ്ട് ഉയർന്ന ഇടങ്ങളിലായി ആളുകൾ കൂട്ടമായി നില്ക്കുന്നു. വള്ളങ്ങൾ കണ്ടപ്പോൾ അവർ അലറി വിളിച്ചു കരയുന്നുണ്ട്. കുട്ടികളും സ്ത്രീകളുമെല്ലാമുണ്ട്. മഴയൊന്നും വകവെയ്ക്കാതെ പല തോണികളിലായി അവിടെ ഉണ്ടായിരുന്നവരെ എല്ലാം കയറ്റിവിട്ടപ്പോഴേക്കും നേരം മങ്ങിത്തുടങ്ങി. ഞങ്ങളുടെ തോണി മാത്രം ബാക്കിയായി. ഒന്നുകൂടി തിരച്ചിൽ നടത്തി ആരുമില്ലെന്ന് ഉറപ്പു വരുത്തിയശേഷം തിരികെ മടങ്ങാനൊരുങ്ങവേ എവിടെയോ ഒരു കരച്ചിൽ കേട്ട പോലെ എനിക്ക് തോന്നി. ഏറെ നേരം തിരഞ്ഞിട്ടും ആരെയും കണ്ടില്ല. സന്ധ്യ കനക്കാൻ തുടങ്ങിയപ്പോൾ കൂടെ ഉള്ളവർ തിരികെ പോകാമെന്നു തിരക്ക് കൂട്ടി. ഇരുട്ടിയാൽ വഴി തെറ്റാനും അപകടമുണ്ടാകാനും സാധ്യതയുണ്ട് എന്നവർ പറഞ്ഞു.

പോകാനായി തിരിഞ്ഞ ഞങ്ങൾ എല്ലാവരും വീണ്ടും ഒരു സ്ത്രീയുടെ നിലവിളി കേട്ടു. ശബ്ദം കേട്ട ദിക്കിലേക്ക് ഞങ്ങൾ ആഞ്ഞു തുഴഞ്ഞു. ജീർണിച്ചു വെള്ളത്തിലേക്ക് വീഴാറായ ഒരു പഴയ കെട്ടിടത്തിന്റെ ഉള്ളിൽ നിന്നായിരുന്നു ശബ്ദം വന്നത്. അവിടെ എത്തിയ ഞങ്ങൾ കണ്ടത് ഞെട്ടിക്കുന്ന ഒരു കാഴ്ചയായിരുന്നു. പ്രസവവേദനകൊണ്ട് അലറിക്കരയുന്ന ഒരു സ്ത്രീയും അവരുടെ അരികിൽ കിടന്നുറങ്ങുന്ന ഒരു ആൺകുട്ടിയും. ഏറെ

ബദ്ധപ്പെട്ട് ആ സ്ത്രീയെ ഞങ്ങൾ തോണിയിൽ എത്തിച്ചു. തോണിയിൽ കയറ്റാനായി ആൺകുട്ടിയെ എടുത്ത ഞാൻ ഞെട്ടലോടെ കൈ പിൻവലിച്ചു. മണിക്കൂറുകൾ മുമ്പേ ജീവൻ പറന്നുപോയ ആ കുഞ്ഞുശരീരം തണുത്തുറഞ്ഞിരുന്നു. കാര്യം മനസ്സിലായ കൂട്ടുകാർ അവനെ അവിടെത്തന്നെ ഉപേക്ഷിച്ചു തോണിയിൽ കയറാൻ പറഞ്ഞു. തോണിയിലേക്ക് നടക്കുമ്പോൾ മകന് നേരെ കൈനീട്ടി വാവിട്ടു കരയുകയായിരുന്നു ആ അമ്മ. ചുരുണ്ടു കിടക്കുന്ന ആ കുഞ്ഞുശരീരത്തെ ഒന്നുകൂടി തിരിഞ്ഞു നോക്കി ഞാൻ വള്ളത്തിലേക്ക് കയറി.

പോകുംവഴിയെല്ലാം എന്റെ ഷർട്ടിലും കൈയിലും പിടിച്ചുലച്ച് അവർ കരഞ്ഞുകൊണ്ടിരുന്നു. കുറെ കഴിഞ്ഞപ്പോൾ കരച്ചിൽ ഉച്ചത്തിലായി. പ്രസവമടുത്തു എന്നും എന്ത് ചെയ്യും എന്നും കൂടെ ഉള്ളവർ ചോദിച്ചു. ആലോചിച്ചു നിൽക്കാൻ സമയമില്ലാതെ ഞാൻ അവരെ തോണിയിലേക്ക് കിടത്തി. സ്ത്രീകളോട് ഇടപെട്ടു പരിചയമില്ലാത്ത ഞാൻ അവരുടെ പ്രസവത്തിനു മുൻകൈ എടുത്തു. ഒടുവിൽ തന്റെ കൈയിലേക്ക് അവൾ പ്രസവിച്ചു, ഒരു പെൺകുഞ്ഞിനെ; ഇവളെ, എന്റെ രാക്കയെ."

ഒരു അച്ഛന്റെ എല്ലാ സ്നേഹത്തോടുംകൂടി അയാൾ ആ കുഞ്ഞിനെ തഴുകി.

കേട്ടത് കഥയോ സത്യമോ എന്ന് വിശ്വസിക്കാനാവാതെ ഞാനും സോനയും ഉറഞ്ഞിരുന്നു.

"എന്നിട്ട്?" സോനയാണ് ചോദിച്ചത്.

"ക്യാമ്പിലെത്തിയപ്പോൾ അവർക്ക് അത്യാവശ്യ ശുശ്രൂഷകൾ കിട്ടി. പെട്ടെന്നുതന്നെ അവൾ തന്റെ മകൾക്കു വേണ്ടി ജീവിതത്തിലേക്ക് തിരിച്ചു വന്നു. ഇവൾ ജനിച്ചത് എന്റെ കൈയിലായിരുന്നില്ല, മനസ്സിലായിരുന്നു. ഏറെ കഴിഞ്ഞാണ് ഇവളുടെ അമ്മയുടെ പേരുപോലും എനിക്ക് മനസ്സിലായത്. 'ചാരു'. അപ്പോഴേക്ക് ഞാൻ അവരെ എന്റെ ജീവനോളം സ്നേഹിച്ചുപോയിരുന്നു. എന്നെ ഒഴിവാക്കാൻ അവൾ ഏറെ ശ്രമിച്ചു. പക്ഷേ എനിക്കതിനു പറ്റില്ലായിരുന്നു. പല തവണ ഞാൻ തിരസ്കരിക്കപ്പെട്ടു. ഒടുവിൽ ആ പ്രളയക്കടൽ നീന്തി ഞാനെന്റെ പ്രണയം നേടി. ആ ക്യാമ്പിൽതന്നെ പല ജനനവും മരണവും നടന്നു. പക്ഷേ ആർക്കും ഒന്നിനും വിട്ടുകൊടുക്കാതെ ഞാൻ അവരെ എന്റെ നെഞ്ചോട് ചേർത്ത് നിർത്തി. എങ്കിലും പ്രളയം കൊണ്ടുപോയ ഭർത്താവിനേയും വിശന്നും ദാഹിച്ചും നിശ്ശബ്ദനായി തന്നോട് ചേർന്നുകിടന്നു മരിച്ച കുഞ്ഞുമകനെയും ഓർത്ത് അവളുടെ കണ്ണുകൾ സദാ നിറഞ്ഞൊഴുകിക്കൊണ്ടിരുന്നു.

അവിടെ നിന്ന് അവർ വന്നത് എന്റെ ജീവിതത്തിലേക്കായിരുന്നു. ചാരുവിന് ആ നാട്ടിൽ ഒരിക്കലും സമാധാനം കിട്ടില്ല എന്ന് മനസ്സിലായപ്പോൾ ആസ്സാമിൽനിന്ന് ഞങ്ങൾ യാത്ര തിരിച്ചു. ബാംഗ്ലൂർ ജോലി കിട്ടാൻ എളുപ്പമാണെന്നുകേട്ടാണ് ഇവിടേക്ക് വന്നത്. ഇവിടെ പല ജോലികളും ചെയ്തു. എത്ര കഷ്ടപ്പാടാണെങ്കിലും രാത്രി വീടെത്തുമ്പോൾ ഞാൻ എല്ലാം മറക്കും. ചാരുവും ഇവളും എന്റെ എല്ലാമെല്ലാമായി. സന്തോഷവും സമാധാനവും നിറഞ്ഞ ദിവസങ്ങൾ, മറക്കാനാവാത്ത മൂന്നു വർഷങ്ങൾ. മൂന്നു മാസം മുൻപാണ് അവൾ ഞങ്ങളെ വിട്ടുപോയത്. നെഞ്ചു വേദന എന്ന് പറഞ്ഞാണ് കരഞ്ഞത്. ഉടനെ ആശുപത്രിയിൽ കൊണ്ടു പോയി. പക്ഷേ എന്തെങ്കിലും ചെയ്യാൻ കഴിയും മുന്നേ ഇവളെ എന്നെ ഏല്പിച്ച് അവൾ പോയി. പക്ഷേ എനിക്ക് വിഷമമില്ല. അവൾ ഏറ്റവും സന്തോഷത്തോടെതന്നെയാണ് പോയത്."

കൈയിലിരുന്ന തുണികൊണ്ട് അയാൾ കണ്ണുകൾ തുടച്ചു.

"എത്ര കഷ്ടപ്പെട്ടായാലും ഞാൻ ഇവളെ വളർത്തും. ഇവളല്ലാതെ എനിക്ക് ആരാണുള്ളത്?"

ആ പാവപ്പെട്ട വഴിവാണിഭക്കാരൻ ഞങ്ങളുടെ മുന്നിൽ വാനോളം വളരുന്നത് ഞാൻ കണ്ടു. ഇവൾക്ക് ഇതിൽക്കൂടുതൽ സുരക്ഷിതത്വം ഈ ലോകത്ത് ഒരിടത്തും കിട്ടില്ലെന്ന് എനിക്ക് മനസ്സിലായി. വഴിയിൽ നിന്ന് കിട്ടിയ ആരുടെയോ കുഞ്ഞ് അയാൾക്കു മകളായിരിക്കുന്നു. ഒരിക്കലും ആർക്കും അഴിക്കാനാവാത്ത ഒരു സ്നേഹനൂലിനാൽ അവളെ അയാൾ തന്റെ പ്രാണനോട് ചേർത്ത് കെട്ടിയിരിക്കുന്നു.

കൈയിലുണ്ടായിരുന്ന പൈസ ഞാൻ അയാളുടെ കൈയിലേക്ക് കൊടുത്തു. അയാളുടെ പൗർണമി ആണവൾ, രാക്ക. ആ കുഞ്ഞു മുഖത്ത് ഒരു മുത്തം കൊടുത്തു സോനയുടെ കൈയും പിടിച്ചു ഞാൻ പുറത്തേക്കു നടന്നു. പിറ്റേന്ന് രാവിലെ കാണാൻ പോകുന്ന ഒരു സുന്ദരദൃശ്യം മനസ്സിൽ ഓമനിച്ചുകൊണ്ട്. ■

കേളികൊട്ടുയരുമ്പോൾ

ഞാൻ ഇന്നും സത്രീ തന്നെ. ചുറ്റുമുള്ളവർ തന്റെ മേൽ അവസാന മിനുക്കുപണികൾ നടത്തുമ്പോൾ രഘു പിറുപിറുത്തു.

കേളികൊട്ട് കേൾക്കുമ്പോൾ രഘുവിന് പേടിയാണ്. അവൻ അവനല്ലാതാകുന്നു. ദമയന്തി, സൈരന്ധ്രി (ദ്രൗപദി) അല്ലെങ്കിൽ സീത ഇവരിലാരെങ്കിലും അവനെ കീഴടക്കും. പിന്നെ രഘുവില്ല. അവന്റെ ചിന്തകളില്ല. ചിരിയില്ല. ചുവന്ന് വിടരുന്ന കണ്ണുകളിൽ ക്രോധവും കാമവും ശൃംഗാരവും നിറയുന്നു. ചിരിക്കുമ്പോൾ ദേഹമാകെയുലഞ്ഞ്, മുത്ത് ചിതറുന്നതുപോലെ...

പുകമറയ്ക്കുള്ളിൽ പിടിതരാതെ തെന്നിമാറുന്ന മനസ്.

അപ്പുറത്ത് നളന്റെ വേഷം കെട്ടിക്കഴിഞ്ഞ ഉണ്ണിക്കൃഷ്ണനെ രഘു പാളിനോക്കി അവന്റെ നോട്ടം തന്റെ മാറിലാണെന്നറിഞ്ഞ രഘു പതറി. ഉണ്ണിയുടെ ചുണ്ടിൽ നേരിയ ശൃംഗാരച്ചിരി പരന്നു. രഘു കണ്ണുകൾ ഇറുക്കിയടച്ചു.

മേളക്കാർ വാദ്യങ്ങൾ തയ്യാറാക്കി. കഴിഞ്ഞ കളിസ്ഥലത്ത് നടന്ന എന്തോ സംഭവം ചേഷ്ടകളോടെ വിവരിക്കുകയാണ് പ്രസാദ്, എല്ലാവരുടെയും ശ്രദ്ധ അവിടെയാണ്.

ഉത്സവസ്ഥലത്തേക്ക് നടന്നുനീങ്ങുന്ന ആൾക്കാരുടെ സംസാരം മുറിഞ്ഞുമുറിഞ്ഞ് കേൾക്കാം.

"പുറപ്പെടാം, കളിക്ക് നേരമായി." ആരോ പറയുന്നു.

ദമയന്തി മെല്ലെയെഴുന്നേറ്റു. അവളുടെ കണ്ണുകൾ പ്രേമത്തോടെ നളനെ തിരഞ്ഞു.

കൊട്ടിലിലേക്ക് പോകുമ്പോൾ നളൻ അവളുടെ കൈയിൽ പിടിച്ചു.

"ഇരുട്ടാണ്. ശ്രദ്ധിച്ച് നടക്കണം.വേഷത്തിൽ ചവുട്ടി വീഴരുത്."

പ്രിയന്റെ ശബ്ദം തിരിച്ചറിഞ്ഞ അവളുടെ ശിരസ് കുനിഞ്ഞു.

കൈയിൽ പിടിക്കുന്നതാരെങ്കിലും കണ്ടാൽ... അരങ്ങിലെത്തിയ അവൾ ആട്ടവിളക്ക് കണ്ടില്ല, കാണികളേയും കണ്ടില്ല.

ദമയന്തി ഉണരുകയായിരുന്നു. കാന്തനുമൊത്ത് അവൾ ശൃംഗാര പദങ്ങളാടി. അവന്റെ പ്രശസ്തിയിൽ അവൾ അഭിമാനം കൊണ്ടു. നളനുമായുള്ള സംഗമവേളയിൽ അവൾ സ്വയം മറന്നു. അവന്റെ കരവലയത്തിലൊതുങ്ങി മാറോടുചേർന്നു.

കൊട്ടുനിലച്ചപ്പോൾ ദമയന്തി ഉണർന്നു. ആദ്യം നോട്ടമെത്തിയ വിളക്ക് ആളിക്കത്തുന്നു. ഉണ്ണികൃഷ്ണന്റെ പിടിവിടുവിച്ച് രഘു തെന്നിമാറി. അവന്റെ മുഖത്തേക്ക് നോക്കാൻ രഘുവിന് സങ്കോചം തോന്നി. അവനോട് കഠിനമായ ദേഷ്യമുണ്ടായി. എല്ലാമറിയാമായിരുന്നിട്ടും...

"എന്തു പറ്റിയെടാ?" ഉണ്ണിക്കൃഷ്ണൻ പുറത്ത് തട്ടിക്കൊണ്ട് ചോദിച്ചു.

"എനിക്ക്... എനിക്ക്..." രഘു ഉയർന്നുവന്ന തേങ്ങലടക്കി മുറിയിലേക്ക് പാഞ്ഞു. അലറിച്ചിരിച്ച ചിലങ്കകൾ ദൂരെയ്ക്കുരിഞ്ഞെറിഞ്ഞു.

"മതിയായി. ഇനിയെങ്കിലും എനിക്ക് ഞാനാവണം. അല്ലെങ്കിൽ ഇനി ഞാനില്ല ഇതിന്." രഘു സ്വയം പറഞ്ഞുകൊണ്ടിരുന്നു.

"ഭേഷ്... രഘു... ഭേഷ്... ന്ന് എന്തായിരുന്നു അരങ്ങത്ത്. കഥകളിയിൽ സ്ത്രീവേഷത്തിൽ നിന്നെ വെല്ലാനാളില്ല. സംശല്യ, ഇടയ്ക്ക് ഞാനും ലേശം ഭ്രമിച്ചുപോയോന്ന്..." പിഷാരടി അട്ടഹസിക്കുകയാണ്.

സഞ്ചിയും തൂക്കി വീട്ടിലേക്ക് നടക്കുമ്പോൾ രഘു ഓർത്തു. ഇന്നിനി മാധവിയുടെ മുഖത്തെങ്ങനെയാ നോക്കുക? എന്തോ തെറ്റ് ചെയ്തതുപോലെ. ഇന്നലെയും ഇതുപോലെതന്നെ. ഇന്നലെ അവൾ വിളമ്പിത്തന്ന ഒരു വറ്റുപോലും കഴിച്ചില്ല. വിളക്കിന്റെ വെട്ടത്ത് ആ കണ്ണുകൾ നിറയുന്നത് കണ്ടു.

പായ വിരിച്ചത് തനിയെയായിരുന്നു, എന്നും മാധവിയാണത് ചെയ്തിരുന്നത്. ഒരു ചെറിയ ശബ്ദം പോലുമുണ്ടാക്കാതെ പായയുടെ ഓരത്ത് അവളും വന്നുകിടക്കുന്നു. ആ നെഞ്ചിലെ അടക്കിയ തേങ്ങൽ അറിഞ്ഞു. ചേർത്തുപിടിച്ച് ആശ്വസിപ്പിക്കണമെന്നുണ്ടായിരുന്നു. പക്ഷേ...

രഘു വേഗം നടന്നു. ആരോടോ വാശിതീർക്കുന്നതുപോലെ. വേറെ ആരൊക്കെയോ ഒപ്പം നടക്കുന്നുണ്ടെന്ന് തോന്നി. തിരിഞ്ഞു

നോക്കിയില്ല. പുറകിൽ ചങ്ങലയുടെ ശബ്ദം, ചിലങ്കകൾ കിലുങ്ങുന്നു, ചെണ്ടമേളം മുറുകുന്നു.

"വേണ്ട - ഇനി ഞാനില്ല. എന്നെ വിട്ടേക്കൂ." അലറിക്കരഞ്ഞു കൊണ്ട് രഘു ഇരുചെവികളും പൊത്തി.

എവിടെനിന്നോ മഴ ഇരച്ചെത്തി. ആ തണുപ്പിൽ മുഖത്തെ ചായം ഒഴുകിപ്പോകുന്നത് രഘു അറിഞ്ഞു. അവൻ ശ്രദ്ധിച്ചു. ആരുമടുത്തില്ല. മുമ്പ് കേട്ട ശബ്ദങ്ങൾ അകന്നകന്നു പോകുന്നു.

"ഭാഗ്യം, അവരെന്നെ കണ്ടില്ല." അവൻ മെല്ലെപ്പറഞ്ഞു. പിന്നെ ശക്തിയെല്ലാം ചോർന്നുപോയതുപോലെ പ്രയാസപ്പെട്ട് വീട്ടിലേക്ക് നടന്നു. കീചകനിഗ്രഹം കഴിഞ്ഞ് തളർന്ന ഭീമനെപ്പോലെ.

■

പുറപ്പാട്

പൂക്കളുടെ മദിപ്പിക്കുന്ന ഗന്ധമടിച്ചപ്പോൾ ശ്യാം ഉണർന്നു. ആൽത്തറയുടെ അവകാശിയായ പൂക്കാരി വല്യമ്മ നേരത്തെ എത്തിയിരിക്കുന്നു. പൂക്കളെല്ലാം തരം തിരിച്ചു കൊട്ടകളിലാക്കി നിരത്താൻ തുടങ്ങിക്കഴിഞ്ഞു.

നേരം പുലരുന്നതേയുള്ളൂ. ശ്യാം മലർന്നു കിടന്നു മുകളിലേക്ക് നോക്കി. കാറ്റത്ത് ഇളകിയാടുന്ന അരയാലിലകൾ. വെട്ടം വീണു തുടങ്ങിയിട്ടും വിട്ടുപോകാൻ മടിച്ചു ഇലകൾക്കിടയിലും മരക്കൊമ്പുകളിലും ഇരുട്ട് പതുങ്ങിയിരിക്കുന്നു. അകലെയുള്ള മുനീശ്വരൻ കോവിലിൽനിന്നും മണികൾ മുഴങ്ങുന്ന ശബ്ദം നേർത്തു കേൾക്കുന്നുണ്ട്. ഈ മരച്ചുവട്ടിൽ വന്നുകൂടിയിട്ട് മാസങ്ങൾ പിന്നിടുമ്പോൾ ഈ കാഴ്ചകളെല്ലാംതന്നെ സുപരിചിതമായിരിക്കുന്നു.

ഇപ്പോൾ നിശ്ശബ്ദമായിരിക്കുന്ന ഈ അന്തരീക്ഷവും ആളൊഴിഞ്ഞ നിരത്തും ഇങ്ങനെയായിട്ട് അധികം നാളായിട്ടില്ല. കൊറോണയുടെ വേരുകൾ ഈ മണ്ണിൽ ഓടിത്തുടങ്ങിയത് മുതലാണ് മാറ്റങ്ങളുണ്ടായത്. സജീവമായിരുന്ന കവലയും കടകളും സദാ ഒഴിഞ്ഞു കിടക്കുന്നു. രാത്രികളിൽ മാത്രം ആളനക്കങ്ങൾ കേട്ടിരുന്ന ചുറ്റുവട്ടത്തുള്ള ഫ്ളാറ്റുകളിൽനിന്നും വീടുകളിൽനിന്നും എപ്പോഴും കുട്ടികളുടെയും വലിയവരുടെയും പൊട്ടിച്ചിരികളും കരച്ചിലുകളും വർത്തമാനങ്ങളും ഉയരുന്നുണ്ട്. ആളുകൾ വീട് വിട്ടു പുറത്തിറങ്ങുന്നത് ഇപ്പോൾ അപൂർവമാണ്. ഇനി പുറത്തിറങ്ങിയാലും ആളുകളെ മുഖത്തെ മാസ്ക് മാറ്റാതെ ഇപ്പോൾ തിരിച്ചറിയാൻ പ്രയാസമായിരിക്കുന്നു.

ശ്യാം വീണ്ടും ചുരുണ്ടു കിടന്നു. എഴുന്നേറ്റിട്ടും കാര്യമില്ല, ഒരാഴ്ചയായി ജോലിയൊന്നുമില്ല.പൂക്കാരി വല്യമ്മ കൊണ്ടുതരുന്ന രണ്ടു ദോശയിലോ ഇഡ്ഡലിയിലോ മാത്രമായി തന്റെ ഒരു ദിവസത്തെ ആഹാരം ചുരുങ്ങിയിരിക്കുന്നു. അല്ലെങ്കിൽ അവർ വല്ലപ്പോഴും

സ്നേഹത്തോടെ പോക്കറ്റിൽ വെച്ച് തരുന്ന നോട്ടുകളിലൂടെയും. അവനു പെട്ടെന്ന് മീനുവിനെ ഓർമ വന്നു. അവൾ തന്നെക്കുറിച്ചറിയാതെ വേദനിക്കുന്നുണ്ടാവും എന്നവന് അറിയാമായിരുന്നു.

കൈത്തണ്ടയിലൊരു നനവ് തോന്നിയപ്പോൾ അവൻ തലയുയർത്തി നോക്കി. ഒരു ചോരച്ചാലൊഴുകിവന്നു കൈയാകെ നനച്ചിരിക്കുന്നു. പകപ്പോടെ അവൻ ഞെട്ടിയെഴുന്നേറ്റു. ചുവന്ന പൂക്കളുടെ കൊട്ടയിൽ നിന്നൊഴുകിവരുന്ന ചുവപ്പുനിറമുള്ള വെറും വെള്ളമാണതെന്ന് അപ്പോഴാണ് ശ്യാമിന് മനസ്സിലായത്. മറ്റൊരു ചോരക്കാഴ്ചയുടെ ചിത്രങ്ങൾ അവന്റെ മനസ്സിലേക്ക് ഇടതടവില്ലാതെ വന്നു നിറഞ്ഞുകൊണ്ടിരുന്നു. ചെറുചൂടുള്ള ചോരയിൽ ഒരിക്കൽ മുങ്ങിക്കുതിർന്ന തന്റെ കൈകളിലേക്കവൻ സൂക്ഷിച്ചു നോക്കി.

മുടിയിഴകളിലൂടെ ആരോ വിരലോടിച്ചപ്പോൾ അവൻ മുഖമുയർത്തി. പൂക്കാരി വല്യമ്മയാണ്. അവരുടെ കണ്ണുകളിലെ കാരുണ്യം അവന്റെ ഹൃദയത്തോളമിറങ്ങിച്ചെന്നു. ഇരച്ചെത്തിയ കണ്ണുനീരിനെ തടഞ്ഞുനിർത്തി അവനവരെ നോക്കി പുഞ്ചിരിച്ചു. കറുത്തുതടിച്ചു അറുപതിലേറെ പ്രായമുള്ള നല്ല പ്രസന്നതയുള്ള ഒരു തമിഴ് സ്ത്രീയാണവർ. വെട്ടിത്തിളങ്ങുന്ന വെള്ളക്കല്ലുപതിച്ച വലിയകമ്മലുകളും എണ്ണ തേച്ചു മിനുക്കി കെട്ടിവെച്ചിരിക്കുന്ന മുടിക്ക് ചുറ്റുമുള്ള മുല്ലപ്പൂമാലയും നെറ്റിയിലെ വലിയ ചുവന്ന സിന്ദൂരപ്പൊട്ടും അവർക്ക് അസാധാരണമായി ചേരുമായിരുന്നു. അവരുടെ കണ്ണുകൾപോലെത്തന്നെ പ്രകാശിക്കുന്ന ഒരു പച്ചക്കല്ലു മൂക്കുത്തിയും അവർക്കുണ്ടായിരുന്നു. ചുവപ്പ്, മഞ്ഞ, നീല തുടങ്ങിയ കടുംനിറങ്ങളിലുള്ള പുടവയും കൂടിയാകുമ്പോൾ അവരെ കാണാൻ വല്ലാത്ത ഒരഴകും ആഢ്യത്വവുമായിരുന്നു. ഒരിക്കലും മായാത്ത പുഞ്ചിരിയും ഈണത്തിൽ മൂളുന്ന തമിഴ് പഴമ്പാട്ടുകളും അവരെ കൂടുതൽ ജനപ്രിയയാക്കി. താൻ ഇന്നുവരെ കണ്ടു പരിചയിച്ച വേഷമോ രൂപമോ ഭാവമോ ഒന്നുമായിരുന്നില്ല അവർക്ക്. പക്ഷേ എപ്പോഴോ എങ്ങനെയോ അവർ തന്റെ പോറ്റമ്മയായി മാറിയിരിക്കുന്നു; ഈ നാട്ടിലെ തന്റെ ഒരേ ഒരു അഭയവുമായിത്തീർന്നിരിക്കുന്നു.

ആൽത്തറയിൽ അവർ നിരത്തി വെച്ചിരിക്കുന്ന കുട്ടകളിലേക്കു ശ്യാം നോക്കി. പലനിറങ്ങളിലുള്ള പൂക്കളുണ്ട്. റോസാ, മുല്ല, ചെണ്ടുമല്ലി, ജമന്തി, അരളി, ബന്ദി, കനകാംബരം എന്നിവ കൂടാതെ പലതരം മാലകളുമുണ്ട്. കന്നഡക്കാർക്കു പൂക്കൾ അവരുടെ ജീവിതത്തിന്റെ ഭാഗമാണ്. വീട്ടിലെ പൂജാമുറിയിൽ ദിവസപ്പൂജയ്ക്കായി അവർക്ക് പൂക്കൾ വേണം. ദേവീദേവന്മാരുടെ ചിത്രങ്ങളിൽ ചാർത്താനും വീടിന്റെ ഉമ്മറം അലങ്കരിക്കാനും അവർ പൂമാലകൾ നിത്യം

വാങ്ങും. വിവാഹിതകളായ സ്ത്രീകൾക്കും പൂക്കളോടു കമ്പമുണ്ട്. ദിവസവും ഒരു പൂവെങ്കിലും അവർ മുടിയിൽ ചൂടിയിരിക്കണമെന്നാണ് ചട്ടം. അത് സ്നേഹത്തിന്റെയും ബഹുമാനത്തിന്റെയും വിശ്വാസത്തിന്റെയുമെല്ലാം പ്രതീകമാണ്.

കൊറോണ കാരണം വല്യമ്മയ്ക്കിപ്പോൾ പഴയ പോലെ വ്യാപാരമില്ല, തിരക്കുമില്ല. വർഷങ്ങളായി ഇതേ സ്ഥലത്തു പൂക്കൾ വിൽക്കുന്നതിനാൽ ധാരാളം ആളുകളെ ഇവർക്ക് പരിചയവുമുണ്ട്. അതുകൊണ്ടാണ് ഒരു ജോലി ശരിയാക്കിത്തരാൻ പറ്റുമോ എന്നവരോട് ചോദിച്ചതും. നോക്കാം, നീ തല്ക്കാലം പല്ലു തേച്ചു വരാൻ നോക്ക് എന്നു പറഞ്ഞിട്ട്, വല്യമ്മ അടുത്തിരുന്ന തുണിസഞ്ചിയിൽ നിന്നും ഒരു സ്റ്റീൽ പാത്രമെടുത്തു. മുഖം കഴുകി പല്ലു തേച്ചു വന്നപ്പോഴേക്കും പാത്രത്തിന്റെ അടപ്പിലേക്ക് രണ്ടു ഇഡ്ഡലിയും ചമ്മന്തിയും അവർ ശ്യാമിന് വേണ്ടി പകർന്നിരുന്നു. നിലത്തു വിരിച്ച ചാക്കിന്മേലിരുന്ന് അവരോടൊപ്പം അവനത് കഴിക്കാൻ തുടങ്ങി.

പിന്നീട്, പൂക്കൾ വാങ്ങാൻ വന്ന പരിചയക്കാരോടെല്ലാം അവർ തന്റെ ജോലിക്കാര്യവും പറയുന്നത് ശ്യാം കേട്ടു. കൊറോണ ലോക്ക് ഡൗണിന്റെ ഭാഗമായി അടച്ചിട്ടിരുന്ന കടകളൊക്കെ തുറക്കാൻ ഗവണ്മെന്റ് അനുവാദമായിട്ടേയുള്ളൂ. ഇനിയുള്ള നാളുകൾ എങ്ങനെയെന്ന് ഒരു എത്തും പിടിയുമില്ല. ആളുകളുടെയെല്ലാം മുൻഗണനകൾ മാറിക്കഴിഞ്ഞു. ജീവിതസൗകര്യങ്ങളും സുഖങ്ങളും ജോലിയും ഷോപ്പിങ്ങും ഒന്നുമല്ല പ്രധാനം, സ്വന്തം ജീവനാണെന്നു തിരിച്ചറിഞ്ഞ ദിവസങ്ങളാണ് കടന്നുപൊയ്ക്കൊണ്ടിരിക്കുന്നത്. തനിക്കും വേണ്ടത് അതാണ്, ജീവൻ നിലനിർത്താൻ ഒരു ഉപാധി.

മുന്നിലെ വഴിയിലൂടെ അലാറത്തോടുകൂടി പൊടിപറത്തി ഒരു ആംബുലൻസ് പാഞ്ഞുപോയി. അപ്പോൾ വല്യമ്മ മുകളിലേക്ക് നോക്കി കൈത്തലം വിടർത്തി പ്രാർത്ഥിക്കുന്നത് കണ്ടു. ആ പോയ വണ്ടിയിലെ പ്രാണനുവേണ്ടിയുള്ള പ്രാർത്ഥനയാണ്. ചെറിയവൻ വലിയവനും വലിയവൻ ചെറിയവനും ആകുന്ന കാലം!

ആഹാരം കഴിഞ്ഞു കൈ കഴുകി ശ്യാം വെറുതെയിറങ്ങി നടന്നു. രാവിലത്തെ സംഭവത്തോടുകൂടി അവന്റെ മനസ്സിലാകെ മീനുവായിരുന്നു. അവൾക്കും തനിക്കും തമ്മിലറിയാത്തതും പറയാത്തതുമായ കാര്യങ്ങൾ കുറവ്. അനിയത്തിയും സുഹൃത്തുമായിരുന്നു അവൾ തനിക്ക്. അമ്മ രണ്ടാമതൊരു ബന്ധത്തിന് തുനിഞ്ഞപ്പോഴും അവളുടെ ഭാവിയോർത്താണ് താൻ എതിർത്തത്. മഴ പെയ്താൽ ചോരുന്ന ഒറ്റമുറിയും അടുക്കളയും മാത്രമുള്ള ആ കൂരയിലേക്ക് എന്നിട്ടും അമ്മ അയാളെ കൊണ്ടുവന്നു. അയാളുടെ ചൂഴ്ന്ന്

നോട്ടത്തിൽ തലകുനിച്ചു നിൽക്കുന്ന മീനു ഇപ്പോഴും തന്റെ കൺ മുമ്പിലുണ്ട്.

എന്തോ ശബ്ദം കേട്ടു ശ്യാം ചുറ്റും നോക്കി. വഴിയരികിലെ ഫ്ളാറ്റിന്റെ ഒന്നാം നിലയിലെ ബാൽക്കണിയിൽ ഒരു കുറുമ്പത്തി ക്കുട്ടി അമ്മയോട് വഴക്കിടുകയാണ്. എന്തൊക്കെയോ പറഞ്ഞു സമാ ധാനിപ്പിച്ച് അമ്മ അവളെ ആഹാരം കഴിപ്പിക്കാൻ നോക്കുന്നുണ്ട്. പക്ഷേ അവൾ കഴിക്കാൻ കൂട്ടാക്കാതെ ഘോരഘോരം വാദിക്കുക യാണ്. ഒന്നും നടക്കുന്നില്ല എന്ന് വന്നപ്പോൾ തന്റെ കൈയിലിരുന്ന കളിപ്പാട്ടം ഒന്നാംനിലയിൽനിന്നും അവൾ താഴെ പൂന്തോട്ടത്തി ലേക്കു വലിച്ചെറിഞ്ഞു. അമ്മ ചിരിച്ചുകൊണ്ട് അവളെ വാരിയെടുത്ത് അകത്തേക്ക് നടക്കുന്നത് കണ്ടു ശ്യാം മുന്നോട്ടു നീങ്ങി.

ശ്മശാനത്തിനരികിലെത്തിയപ്പോൾ അവൻ നടത്തം മതിയാക്കി അവിടേക്കു കയറി. തണൽ വിരിച്ചുനിൽക്കുന്ന പേരറിയാമരങ്ങൾ. പാടുന്ന കുയിലുകളും കിളികളും. പരവതാനി വിരിച്ച പോലെ മഞ്ഞ നിറത്തിൽ കുഞ്ഞിപ്പൂക്കളുമായി ഒരു ചെടി അവിടമാകെ പടർന്നു കിടക്കുന്നു. അതിരിലുള്ള വലിയ തടാകത്തിൽ നിന്നും വീശുന്ന ഇളംതണുപ്പുള്ള കാറ്റ്. അവിടെ വീണു മരിക്കുവാൻ തക്കവണ്ണം ആരെയും മോഹിപ്പിക്കുന്ന മനോഹരമായ സ്ഥലം.

ഒരു മൺകൂനയിൽ നിറയെ വാടിയ പൂക്കളാണ്. അടുത്തിടെ ആരെയോ അടക്കിയ സ്ഥലമാണ്. മരണം ഈ നാട്ടിലൊരു ആഘോ ഷമാണ്. മേളവും കൊട്ടും നൃത്തവും ഒക്കെയായി അവരെ കൊണ്ടു വരുന്ന വണ്ടി രഥത്തിന്റെ ആകൃതിയിൽ നിറയെ പലതരം പൂക്കളും മാലകളുംകൊണ്ട് അലങ്കരിച്ചിരിക്കും. നൃത്തം ചെയ്യുന്നവരും പൂക്കൾ വിതറി വീഥിയൊരുക്കുന്നവരുമായ പുരുഷന്മാർ മുമ്പേയുണ്ടാകും. വാഹനത്തിനു പിന്നാലെ കുട്ടികളും സ്ത്രീകളും. ചിതയൊരുക്കി കണ്ടിട്ടില്ല. അടക്കം ചെയ്ത ശേഷം ആ മൺകൂന കാണാനാകാത്ത പോലെ പൂക്കൾ കൊണ്ടലങ്കരിച്ചശേഷം അവർ മടങ്ങും. പിന്നീ ടൊരു നാൾ അവിടെ സിമന്റോ മാർബിളോകൊണ്ട് കല്ലറ തീർക്കും. മിക്ക കല്ലറകളിലും അടക്കിയിരിക്കുന്നവരുടെ പേര് വിവരങ്ങൾ ക്കൊപ്പം അവരുടെ ഒരു ചിത്രവുമുണ്ടാകും. വരുംകാല തലമുറ യ്ക്കും ലോകത്തിനും കണ്ടറിയുവാനായി.

തടാകത്തിനോടടുത്തു നിരനിരയായി മാതളനാരകങ്ങൾ പൂത്തു നിൽക്കുന്നു. ഓറഞ്ചു നിറങ്ങളിലുള്ള മാതളപൂക്കൾ കാഴ്ചയ്ക്ക് അതിസുന്ദരമാണ്. കായകൾ ഒന്നും കാണുവാനില്ല. അടുത്തുള്ള ചേരിയിലെ കുട്ടികൾ പൊട്ടിച്ചുകൊണ്ട് പോയതാവണം. മാതള നാരകങ്ങളിലും മരങ്ങളിലുമായി ധാരാളം അണ്ണാറക്കണ്ണന്മാർ

ഓടിക്കളിക്കുന്നു. അവയ്ക്ക് ഒരു അല്ലലുമില്ലാത്ത സന്തോഷം മാത്ര മുള്ള ഒരു ജീവിതമാണോ കിട്ടിയിരിക്കുന്നത് എന്ന് ശ്യാമോർത്തു.

ആൽത്തറയിലേക്കു തിരികെ നടക്കുമ്പോൾ അവന്റെ മനസ്സാകെ അസ്വസ്ഥമായിരുന്നു. കണ്ടുപിടിക്കപ്പെടുമോ എന്ന പേടി ദിനം പ്രതി കൂടിവരുന്നുണ്ട്. പരിചയക്കാർ ആരുമില്ലാഞ്ഞിട്ടും ആരോ പിന്തുടരുന്നതുപോലെയൊരു തോന്നൽ. മറ്റേതു ശബ്ദത്തിനു മീതെയും പ്രതിധ്വനിക്കുന്ന ഒരു കരച്ചിലും നിലവിളിയും കാതിൽ കുരുങ്ങിക്കിടക്കുന്നു.

ദൂരെ നിന്നും കണ്ടപ്പോൾതന്നെ വല്യമ്മ കൈകാട്ടി വിളിച്ചു. എന്തോ പറയാനുണ്ടെന്ന് വ്യക്തം. കുറച്ചു മാറിയുള്ള ചിക്കൻകട യിൽ ഒരാളെ ആവശ്യമുണ്ടെന്ന് ആരോ അറിയിച്ചിരിക്കുന്നു. തനിക്ക് താല്പര്യമുണ്ടെങ്കിൽ ആ ജോലി ശരിയാക്കിത്തരാമെന്നു പറയാ നാണ് വിളിച്ചത്. ധാരാളം ഉത്തരേന്ത്യൻ ജോലിക്കാർ ഉണ്ടായിരുന്ന കടയാണ്. കൊറോണ പടർന്നതോടെ ഗവണ്മെന്റ് കടകളെല്ലാം അടപ്പിച്ചിരുന്നു. ആ സമയത്തു ജോലിക്കാരെല്ലാം സ്വന്തം നാടു കളിലേക്ക് തിരിച്ചുപോയി. ഇപ്പോൾ കടകളെല്ലാം തുറക്കാൻ അനു മതിയായപ്പോൾ ജോലി ചെയ്യാൻ ആളില്ലാത്ത അവസ്ഥയിലാണ്. പലയിടത്തും യാത്രാവിലക്കുകൾ ഉള്ളതിനാൽ പോയവർക്കൊന്നും തിരികെ വരാനും ആവുന്നില്ല. തനിക്ക് ആ ജോലി ചെയ്യാൻ സമ്മത മാണോ എന്നാണ് വല്യമ്മയ്ക്കു അറിയേണ്ടത്.

എന്തൊക്കെ ചെയ്യേണ്ടി വരുമെന്നറിയില്ല. ഈ ജോലി മുൻപ് കണ്ടും ചെയ്തും പരിചയവുമില്ല. പക്ഷേ ജീവിക്കാൻ ഇപ്പോൾ എന്തെങ്കിലും ചെയ്തേ തീരൂ. സമ്മതമാണെന്ന് ശ്യാം വല്യമ്മ യോടു പറഞ്ഞു.

ഒരു നിമിഷം എന്തോ ആലോചിച്ച്, ഏറെ പ്രയാസപ്പെട്ട് അവർ ആൽത്തറയിൽ നിന്നെഴുന്നേറ്റു. ചാക്കിന്റെ കഷ്ണങ്ങൾ കൊണ്ടു ണ്ടാക്കിയ നീളമുള്ള ഒരു ഷീറ്റെടുത്തു പൂക്കൂടകൾ മൂടിയിട്ടിട്ട് കൂടെ വരാൻ ആംഗ്യം കാണിച്ചു. അവർ മെല്ലെ പടിയിറങ്ങി നടന്നു. മുഖം മറച്ചു മാസ്ക് വലിച്ചിട്ട് അവനും അവരോടൊപ്പം നടന്നു.

അതൊരു വലിയ കടയായിരുന്നു. കടയുടെ പുറത്ത് ഒന്നിനു പുറത്ത് ഒന്നായി കമ്പിവലക്കൂടുകൾ അടുക്കിവെച്ചിരുന്നു. അവയി ലെല്ലാം അനങ്ങാനാവാത്തവിധം കുത്തിനിറച്ചു പലതരം കോഴിയും കാടയും താറാവും. സാധാരണ ചിക്കൻ സ്റ്റാളുകളിൽ കാണാറുള്ള തുപോലെയുള്ള വെളുത്ത കോഴികൾ മാത്രമായിരുന്നില്ല അവിടെ. അവയെക്കൂടാതെ നാടൻ കോഴികളും ഗിരിരാജൻ കോഴികളും പോരുകോഴികളുമുണ്ട്. ഇതിനെല്ലാം പുറമെയാണ് കാടയും

താറാവും. നിൽക്കാനും ഇരിക്കാനും സ്ഥലമില്ലാതെ ഇവയെല്ലാം പലപല കൂടുകളിൽ കിടന്നു തിക്കിത്തിരക്കുന്നു. ഇതിനിടയിൽ അങ്ങോട്ടുമിങ്ങോട്ടും കൊത്തും ചവിട്ടുമെല്ലാമുണ്ട്.

വല്യമ്മ ഒരിക്കൽകൂടി സംശയത്തോടെ അവനെ തിരിഞ്ഞു നോക്കി. സമ്മതമെന്നു ശ്യാം തലയാട്ടി കാണിച്ചപ്പോൾ അവർ കടക്കാരനോട് സംസാരിച്ചു. അയാൾ അവനെ അടിമുടി ഒന്ന് നോക്കിയിട്ട് ജോലിക്ക് കയറിക്കോളാൻ പറഞ്ഞു. മറ്റു ജോലിക്കാരോടൊപ്പം താമസസൗകര്യവും കൊടുത്തു.

മനം മടുപ്പിക്കുന്ന ഗന്ധമായിരുന്നു കടയ്ക്കുള്ളിൽ. ചുടുചോരയുടെയും ചിക്കൻ വേസ്റ്റിന്റെയുമെല്ലാം കൂടിച്ചേർന്ന വല്ലാത്ത ഗന്ധം. ഒന്നുരണ്ടുവട്ടം ഛർദിക്കാൻ തോന്നിയെങ്കിലും ശ്യാം വേഗം തന്നെ പുതിയ ജോലിയുമായി പൊരുത്തപ്പെടാൻ ശ്രമിച്ചു. കടയുടെ പുറത്തു നിന്നുകൊണ്ട് കടയിൽ വരുന്നവർക്ക് വേണ്ട ഇനവും തൂക്കവുമുള്ള കോഴികളെയും താറാവിനെയുമൊക്കെ കമ്പിവലക്കൂടുകളിൽ നിന്ന് പിടിച്ചു കടയ്ക്കുള്ളിലെത്തിക്കുക എന്നതായിരുന്നു അവന്റെ ആദ്യ ജോലി.

കമ്പിവലക്കൂടുകൾ തുറക്കുമ്പോൾ പിന്നോട്ട് മാറി രക്ഷപ്പെടാൻ ശ്രമിക്കുന്നവയെ അവൻ ശ്രദ്ധിച്ചു. പിടിക്കപ്പെടുന്നവ ചിലപ്പോൾ ഉച്ചത്തിൽ നിലവിളിക്കുകയും ചെയ്തു. തങ്ങളുടെ ജീവനു വേണ്ടിയുള്ള ആ കരച്ചിൽ പലപ്പോഴും അവന്റെ മനസ്സുലച്ചു.

ഓരോരോ കൂടുകളായി ഒഴിഞ്ഞുകൊണ്ടിരുന്നു. പിറ്റേന്ന് ലോഡ് വരുമ്പോഴേക്കും കൂടുകൾ ഒഴിച്ച് അവിടമാകെ വൃത്തിയാക്കാൻ മുതലാളി പറഞ്ഞതനുസരിച്ചാണ് ശ്യാം ഒഴിഞ്ഞ കൂടുകൾ പെറുക്കി അടുക്കിയത്. കോഴികളെല്ലാം വിറ്റുതീർന്ന ഒരു കൂട്ടിൽ അവശേഷിച്ചത് രണ്ടു കോഴികൾ മാത്രം. അവയെ പിടിച്ചു മറ്റൊരു കൂട്ടിലിട്ട് ഈ കൂടു കൂടി ഒഴിച്ചെടുക്കാമെന്നു ശ്യാം കരുതി. ഒന്നിനെ പിടിച്ചു മാറ്റിയിട്ടു. അടുത്തതിനെ പിടിക്കാൻ നോക്കിയിട്ട് അവനു കഴിഞ്ഞില്ല. കൂടിനുള്ളിലേക്കു കൈമുഴുവൻ ഇട്ടിട്ടും അവന് ആ കുഞ്ഞു പിടക്കോഴിയെ പിടിക്കാനായില്ല. അവളെങ്ങനെയൊക്കെയോ അവന്റെ കൈക്കുമുകളിലൂടെയും താഴെക്കൂടിയും തെന്നിമാറിക്കൊണ്ടിരുന്നു. ഒടുവിൽ ഒരു മൂലയിൽ പതുങ്ങിയ ആ കോഴിയെ പിടികൂടുമ്പോഴേക്കും അവളുടെ ഏറെ തൂവലുകൾ നഷ്ടപ്പെട്ടിരുന്നു.

കൂടിനു പുറത്തെടുത്ത് അവനതിനെ നോക്കി. നല്ല ഗോതമ്പിന്റെ നിറമുള്ള ഒരു നാടൻ പിടക്കോഴി. കഴുത്തിലും ചിറകുകളിലും കറുപ്പിന്റെ നേർത്ത പുള്ളികളും തലയിലും താടിയിലുമുള്ള ചുവചുവപ്പൻ പൂവുകളും മഞ്ഞക്കൊക്കും കാലുകളും. കാണാൻ നല്ല ഓമനത്തമുള്ള ഒരു സുന്ദരിപ്പിട. അവളെയൊന്നു നെഞ്ചോട് ചേർത്ത്

തഴുകാതിരിക്കാൻ ശ്യാമിനായില്ല. അപ്പോഴാണ് കുതിച്ചുതുള്ളുന്ന അവളുടെ ഹൃദയത്തിന്റെ പിടപ്പ് അവനറിഞ്ഞത്. വല്ലാത്ത വാത്സല്യത്തോടെ അവനതിനെ ഒന്നുകൂടി ചേർത്തുപിടിച്ചിട്ടു അടുത്ത കൂട്ടിലേക്കിട്ടു. അവിടെ നിന്നും അവളവനെ തിരിഞ്ഞു നോക്കി. ഒരു നിമിഷം അവന്റെ ശ്വാസം നിലച്ചു. ഈ നോട്ടം ഇതിനു മുൻപ് താൻ കണ്ടിട്ടുണ്ട്, തന്റെ മീനുവിന്റെ കണ്ണുകളിൽ! വിശ്വസിക്കാനാവാതെ അവൻ അതിനെ നോക്കി നിന്നു. കിട്ടിയ സ്ഥലത്ത് ഒതുങ്ങിക്കൂടുമ്പോഴും അതിന്റെ നോട്ടം ശ്യാമിന്റെ കണ്ണുകളിലേക്കുതന്നെയായിരുന്നു.

പിറ്റേന്ന് പുതിയ ലോഡ് എത്തി. എല്ലാ കൂടുകളും നിറഞ്ഞു. പക്ഷേ അവളുടെ കൂട്ടിലേക്ക് മാത്രം അവൻ പുതിയ കോഴികളെ ഇട്ടില്ല. അവൾക്ക് ഇരിക്കാനും നടക്കാനുമുള്ള സ്ഥലം ആ കൂടിനുള്ളിൽ അവനുണ്ടാക്കി. വൃത്തിയുള്ള പാത്രങ്ങളിൽ കഴിക്കാൻ ആഹാരവും കുടിക്കാൻ വെള്ളവും കൊടുത്തു. അവനവളെ സുന്ദരിമണിയെന്നു വിളിച്ചു.

കടയിൽ വരുന്നവരാരും അവളെ ആവശ്യപ്പെടാതിരിക്കാൻ അവളെ അവനെപ്പോഴും കൂടിന്റെ പിന്നിലേക്ക് ഓടിച്ചു വിട്ടുകൊണ്ടിരുന്നു. രാത്രിയിൽ കടയിൽ ആളൊഴിയുമ്പോൾ അവനവളോട് കഥകൾ പറഞ്ഞു. അവന്റെ കഥ, മീനുവിന്റെ കഥ, എല്ലാം നഷ്ടപ്പെട്ട ആ രാത്രിയുടെ കഥ. കൂടിനുള്ളിൽ അവനോടടുത്തു വന്നിരുന്നു അവളതെല്ലാം ശ്രദ്ധിച്ചു കേട്ടു. ജീവന്റെ വിലയായി അവൾ സ്നേഹവും സ്നേഹത്തിന്റെ വിലയായി അവളുടെ ജീവൻ അവനും കാത്തു.

ദിവസങ്ങൾ കഴിയുംതോറും കടയിൽ തിരക്ക് കൂടിക്കൂടി വന്നു. കൂടുകൾ പല തവണ ഒഴിയുകയും നിറയുകയും ചെയ്തു. പക്ഷേ സുന്ദരിമണിയെ മാത്രം ശ്യാം ആരും കാണാതെ സൂക്ഷിച്ചു. അവളുടെ ജീവൻ തന്റെ കൈയിലാണെന്ന് അവന് ഉത്തമബോധ്യമുണ്ടായിരുന്നു. ഓരോ ദിവസവും അവൻ സുന്ദരിമണിയുടെ കൂടു മാറ്റിക്കൊണ്ടിരുന്നു. കടയുടെ ഉടമ അവളെ കണ്ടുപിടിക്കരുത് എന്നതായിരുന്നു ഉദ്ദേശ്യം. അങ്ങനെ ആഴ്ചകൾ മെല്ലെ കടന്നുപോയി. അവൾ ശരിക്കുമൊരു സുന്ദരിപ്പിടക്കോഴിയായി മാറി.

അന്ന് കടയിലെത്തിയ ഒരാൾ അവളെ ചൂണ്ടിക്കാട്ടിയിട്ടും തീരെ മനസ്സിലാകാത്തപോലെ ശ്യാം അഭിനയിച്ചു. അയാൾക്ക് മറ്റൊന്നിനെ നൽകി തല്ക്കാലം അവളെ രക്ഷിച്ചു. പക്ഷേ അവനറിയാമായിരുന്നു അവളുടെ കണ്ണുകൾ തിളങ്ങുന്തോറും ശരീരം വലുതാകുംതോറും തൂവലുകളുടെ മിനുമിനുപ്പു കൂടുംതോറും സുന്ദരിക്ക്

ആവശ്യക്കാരും കൂടുമെന്ന്. അതൊന്നും അവളെ വളർത്താനല്ല, ഇല്ലാതാക്കാനാണ്. അവളുടെ തൂവലുകൾ പറിച്ചെറിഞ്ഞു ശരീരം കൊത്തിനുറുക്കി തിന്നാനാണ്. ജീവിതം തന്നെ വീണ്ടും വീണ്ടും സമാന സാഹചര്യങ്ങളിലൂടെ കടത്തിവിടുന്നത് കണ്ട് അവന് അമ്പരപ്പ് തോന്നി. പക്ഷേ ഇവിടെയും താൻ തോൽക്കില്ല.

അന്ന് കട പൂട്ടിയിട്ടും താമസസ്ഥലത്തേക്ക് പോകാതെ അവൻ ആ വരാന്തയിൽ തന്നെയിരുന്നു. സുന്ദരിയെ രക്ഷിക്കാനുള്ള വഴികളെക്കുറിച്ച് കണക്കുകൂട്ടി. രാത്രി ഏറെയായിട്ടും അവൻ പോയില്ല. തണുതണുത്ത കാറ്റ് അവനെ തഴുകി കടന്നുപൊയ്ക്കൊണ്ടിരുന്നു. അടുത്തെവിടെയോ മഴ പെയ്യുന്നുണ്ടാവണം. മുകളിലൂടെ കൂട്ടംകൂട്ടമായി ദേശാടനപ്പക്ഷികൾ പറന്നുപോകുന്നതിന്റെ ശബ്ദം കേൾക്കാം. ആരും കൂട്ടം പിരിഞ്ഞു പറക്കാതിരിക്കാനാവും പറക്കുമ്പോഴെല്ലാം അവയിങ്ങനെ കരഞ്ഞുകൊണ്ടിരിക്കുന്നത്. അവൻ മുകളിലേക്ക് നോക്കി. കടുംനീലനിറമുള്ള ആകാശത്തു കറുത്ത മേഘങ്ങൾ ഒഴുകിപ്പോകുന്നത് കാണാം. അവയുടെ താഴെയായി പക്ഷികൾ കൂട്ടമായി ദൂരേക്ക് പറക്കുന്നത് കണ്ടു. കർണാടകയിൽ ദേശാടനക്കിളികൾ മുടങ്ങാതെ വിരുന്നെത്തുന്ന ഒരുപാട് തടാകങ്ങളും ഗ്രാമങ്ങളുമുണ്ട്. ഇവിടെ മഴക്കാലമെത്തുന്നതോടെ അകലെയേതോ ഭൂഖണ്ഡത്തിലുള്ള സ്വന്തം നാട്ടിലേക്കവ തിരികെപ്പറക്കാൻ തുടങ്ങും. കാലങ്ങളായി തുടരുന്ന പ്രയാണം!

'ഏട്ടാ' എന്ന് മീനു വിളിക്കുന്നത് കേട്ടാണ് അവൻ ഞെട്ടിയുണർന്നത്. അവിടെയിരുന്ന് അറിയാതെ മയങ്ങിയിട്ടുണ്ടാവണം. അവസാനമായി പിരിയുമ്പോൾ കണ്ട ചുവപ്പോടിയ കരഞ്ഞുവീർത്ത അവളുടെ കണ്ണുകൾ അവനോർത്തു. ആ രാത്രിയിലാണ് തനിക്കും അവൾക്കും ജീവിതം കൈവിട്ടുപോയത്.

അന്നും സന്ധ്യയ്ക്ക് മുന്നേ പതിവുപോലെ ജോലി കഴിഞ്ഞു കൂട്ടുകാരോട് അല്പം സംസാരിച്ചിരുന്നശേഷം ശ്യാം വീട്ടിലേക്കു തിരിച്ചു. ശങ്കരൻചേട്ടന്റെ മാടക്കടയിൽനിന്നും മീനുവിനിഷ്ടമുള്ള കല്ല് മിഠായിയും വാങ്ങി പോക്കറ്റിലിട്ടുകൊണ്ടാണ് അവൻ നടന്നത്. ഒരു ചെറിയ കുന്നിൻനെറുകിലാണ് വീട്. അധികം ആൾപ്പാർപ്പില്ലാത്ത പ്രദേശമായതുകൊണ്ട് സന്ധ്യ കഴിഞ്ഞാൽ ചുറ്റുപാടും കനത്ത ഇരുട്ടും നിശ്ശബ്ദതയുമാണ്. വൈകുന്നേരമായാൽ മഞ്ഞിറങ്ങുന്ന സ്ഥലമായതുകൊണ്ട് വീട്ടിൽനിന്നുള്ള കാഴ്ചയും ശബ്ദവും അത്ര പെട്ടെന്ന് പുറത്തേക്കു വരികയുമില്ല.

വീടിനു വളരെയടുത്തെത്തിയപ്പോഴാണ് ഉള്ളിൽനിന്നുള്ള കരച്ചിലും ഞരക്കവുമെല്ലാം അവനു കേൾക്കാനായത്. മുൻവാതിലും

ജനാലയുമെല്ലാം അകത്തു നിന്നു പൂട്ടിയിരിക്കുകയായിരുന്നു. മീനുവിന്റെ കരച്ചിലും പാത്രങ്ങൾ വീഴുന്ന ശബ്ദവും കേട്ടു. മീനൂ എന്ന് വിളിച്ചു ശ്യാം പിൻവശത്തേക്കു പാഞ്ഞു. അടുക്കള ജനാലയിലൂടെ കണ്ട കാഴ്ചയിൽ അവൻ ഞെട്ടി. നെറ്റിയിൽ വിയർപ്പുമണികൾ പൊടിഞ്ഞു.

അർദ്ധനഗ്നയായ മീനുവിനെ അടുക്കളഭിത്തിക്കും തന്റെ ശരീരത്തിനുമിടയിൽ വെച്ചമർത്തുകയാണയാൾ. അവളുടെ മുഖത്തും കഴുത്തിലും മാറത്തുമെല്ലാം ചോരയൊഴുകുന്ന മുറിപ്പാടുകൾ. അവൾ അലറുന്നതും വിളിക്കുന്നതുമൊന്നും അയാൾ ശ്രദ്ധിക്കുന്നില്ല. അവളുടെ കഴുത്തിൽ കൈകളമർത്തി മുഖം അവളിലേക്കടുപ്പിക്കുകയാണ്. ഒരു പതിനഞ്ചുകാരിയുടെ ദുർബലമായ എതിർപ്പുകൾ കൂടുതൽ ഉത്തേജനം നൽകുംപോലെ അയാൾ അലറിക്കൊണ്ടടുക്കുന്നു.

നിമിഷങ്ങൾകൊണ്ട് അടുക്കള വാതിൽ ചവുട്ടിപ്പൊളിക്കാൻ അവന് സാധിച്ചു. അകത്തേക്ക് കയറാനാഞ്ഞ ശ്യാം അവിടെ കണ്ട കാഴ്ചയിൽ വിറച്ചു നിന്നുപോയി. നിലത്തു വെട്ടേറ്റു വീണു കിടക്കുന്ന അമ്മ; കഴുത്തിലെ മുറിവിൽനിന്നും ചോര ഒഴുകിപ്പരക്കുന്നു. മീനുവിന്റെ കരച്ചിൽ കേട്ട് അവൻ ഓടിച്ചെന്നു. അയാളെ തള്ളിമാറ്റാൻ ശ്രമിച്ചു. മീനുവിനെ വിടാതെതന്നെ തിരിഞ്ഞുനിന്ന് അയാൾ ശ്യാമിന്റെ വയറിനു തൊഴിച്ചു. വേദനകൊണ്ട് അലറിക്കരഞ്ഞ് അവൻ താഴെ വീണുപോയി.

മീനുവിനെ കൈയിൽ തൂക്കിയെടുത്തു മുറിയിലേക്ക് നടക്കുന്ന അയാളെ തടയാൻ തനിക്ക് ശക്തിയില്ല എന്നവന് ബോധ്യപ്പെട്ടിരുന്നു. അമ്മയുടെ അടുത്തു കിടന്ന ചോരപുരണ്ട കത്തിയെടുത്ത് അവൻ ചാടിയെഴുന്നേറ്റു. മീനുവിനെ കട്ടിലിലേക്കിട്ട് അവളുടെ കാലുകൾക്കു മീതെ തന്റെ മുട്ടുകൾ അമർത്തി ചീറുന്ന അയാളുടെ പുറത്താണ് അവന്റെ ആദ്യത്തെ വെട്ടു കൊണ്ടത്. പിന്നീട് കണ്ണുമടച്ചു മുഖത്തും നെഞ്ചിലും പുറത്തുമൊക്കെയായി എണ്ണാനാവാത്തവിധം വെട്ടി. അയാളുടെ ശരീരം നിശ്ചലമായപ്പോഴേക്കും അവനാകെ ചോരയിൽ കുതിർന്നിരുന്നു.

പേടിച്ചരണ്ട് കൈകൾ മാറത്തു ചുരുട്ടിപ്പിടിച്ചു ഒരു മൂലയിൽ പതുങ്ങിയിരുന്ന മീനുവിനെ അയയിൽ കിടന്ന അമ്മയുടെ ഒരു സാരി എടുത്തു പുതപ്പിച്ചു. ശേഷം ഞെട്ടിവിറച്ചു കരയുന്ന അവളെ പിടിച്ചെഴുന്നേല്പിച്ച് അവൻ നെഞ്ചോട് ചേർത്തു.

“ഒന്നൂല്ല മീനൂട്ടി, ന്റെ മോള് കരയേണ്ട.” അതും പറഞ്ഞ് അവൻ അവളെ ചേർത്തുപിടിച്ചു വാതിൽക്കലേക്ക് നീങ്ങി. വാതിൽ തുറന്ന്

അവളെയും കൂട്ടി പുറത്തേക്ക് നടന്നു. കുന്നിറങ്ങി മംഗലച്ചേച്ചിയുടെ വീട്ടിലേക്കു അവളെയും കൊണ്ടവൻ ചെന്നു. വാതിലിൽ തട്ടി കാത്തുനിൽക്കുമ്പോൾ സാരികൊണ്ട് അവൻ അവളെ ഒന്നു കൂടി നന്നായി പുതപ്പിച്ചു.

ചോരയിൽ കുളിച്ചു നിൽക്കുന്ന അവനെ കണ്ട് അവരെല്ലാം അമ്പരന്നു. അവനെല്ലാം അവരോടു തുറന്നുപറഞ്ഞു. മീനുവിന്റെ അടുത്ത കൂട്ടുകാരിയാണ് മംഗലച്ചേച്ചിയുടെ മകൾ അഞ്ജലി. അവൾ വന്നു മീനുവിനെയും കൂട്ടി അകത്തേക്ക് പോയതും ശ്യാം മംഗലച്ചേച്ചിയുടെ ഭർത്താവിനോട് വിവരം പൊലീസിൽ അറിയിക്കാൻ പറഞ്ഞുകൊണ്ട് തിരികെ നടന്നു.

നിലാവ് വീണു കിടക്കുന്ന വഴിയിലൂടെ തിരികെ നടക്കവേ ശ്യാം ഒന്നു നിന്നു. ദൂരെ വീട് കാണാം. അവൻ ഒരു ദീർഘനിശ്വാസമെടുത്തു. കോടമഞ്ഞു കലർന്ന തണുത്ത വായു അവനിലാകെ നിറഞ്ഞു. അമ്മ ചെയ്ത തെറ്റിന്, അയാൾ ചെയ്ത തെറ്റിന് താൻ എന്തിനു ശിക്ഷ അനുഭവിക്കണം എന്ന് തോന്നി. മീനുവിന് ഇനി താൻ മാത്രമേ ഒള്ളൂ.

പൊലീസ് എത്തും മുൻപ് രക്ഷപ്പെടണം എന്നവൻ തീരുമാനിച്ചു. മെയിൻറോഡിന്റെ ദിശയിലേക്ക് ശ്യാം ധൃതിയിൽ നടന്നു. നടപ്പു ക്രമേണ ഓട്ടമായി. ഓടിയോടി താഴെ എത്തിയപ്പോഴേക്കും ക്ഷീണിച്ച് അവശനായിരുന്നു. അത് വഴി വന്ന വണ്ടികൾക്കെല്ലാം അവൻ കൈ കാണിച്ചു. ഒടുവിൽ ഒരു ലോറി നിർത്തി. കർണാടകയിലേക്ക് എന്തോ ലോഡുമായി പോകുന്ന വണ്ടിയായിരുന്നു അത്. അതിൽ കയറിയാണ് ഇവിടെയെത്തിയത്. കൊറോണ നിയന്ത്രണങ്ങൾ വരുന്നതിനു മുൻപേ നാട് വിട്ടു. കർണാടകയിലെ ഈ കുഗ്രാമത്തിൽ തന്നെ തിരിച്ചറിയുന്ന ആരും ഉണ്ടാവില്ല എന്ന വിശ്വാസത്തിലാണ് ഇവിടെ വണ്ടിയിറങ്ങിയത്.

അമ്മയോ അയാളോ മരിച്ചോ ഇല്ലയോ എന്ന് ഇന്നും തീർത്ത് അറിയില്ല. രണ്ടുപേരും ആശുപത്രിയിൽ ഗുരുതരാവസ്ഥയിൽ ആണെന്നും മീനുവിനെ കോടതി തന്നെ മുൻകൈയെടുത്തു ബാലികാസദനത്തിൽ ആക്കിയെന്നും മാത്രമാണ് ഒടുവിൽ അറിഞ്ഞത്. പിന്നീടൊന്നും അന്വേഷിച്ചില്ല എന്നതാണ് സത്യം. അവളെ എന്നെങ്കിലും രക്ഷിച്ചു കൊണ്ടുപോരണം. അയാൾ വീട്ടിൽ വന്ന അന്ന് മുതൽ അവൾക്കു കാവലിരുന്നതാണ്. അയാൾ അവൾക്കൊരു രക്ഷകനല്ല എന്ന് ആദ്യകാഴ്ചയിൽതന്നെ തിരിച്ചറിഞ്ഞതുമാണ്. ചെയ്യുന്നത് തെറ്റാണെന്നു പലവട്ടം അമ്മയോട് പറയുകയും ചെയ്തിരുന്നു. പക്ഷേ...

നിസ്സഹായതയുടെ മുനമ്പിൽ നിൽക്കുന്ന പെൺകുട്ടിയാണെന്ന് മനസ്സിലാക്കിത്തന്നെയാണ് അയാൾ മീനുവിനോടങ്ങനെ ചെയ്തത്. ഒരു ആത്മഹത്യയ്ക്കപ്പുറം ഒന്നും ചെയ്യാൻ അവൾക്കു ശക്തിയില്ല എന്ന് അയാൾ തിരിച്ചറിഞ്ഞിരുന്നു. തനിക്കുണ്ടാകുന്ന ബുദ്ധിമുട്ടുകൾ തുറന്നു സംസാരിക്കാൻ അമ്മപോലും അവളെ അനുവദിച്ചിരുന്നില്ല. ഒരിക്കൽ അയാളുടെ പേരിൽ ഉണ്ടായ വാക്കുതർക്കത്തിനൊടുവിൽ അമ്മ തന്റെ മുഖത്തടിച്ചത് ശ്യാം ഓർത്തു. അപ്പോൾ അയാൾ അവളെ നോക്കി ചിരിച്ച വഷളൻ ചിരി അമ്മ എങ്ങനെ മനസ്സിലാക്കാതെ പോയി എന്നതാണ് ശ്യാമിന് ഇപ്പോഴും മനസ്സിലാകാത്ത കാര്യം. അന്ന് ആ വീട്ടിൽനിന്നും ഇറക്കിവിടാൻ അയാൾ ശ്രമിച്ചിട്ടും മീനുവിന് വേണ്ടിയാണ് വീണ്ടും അവിടെ തുടർന്നത്. ഒടുവിൽ അമ്മയുടെ ആ സ്വാർത്ഥത എല്ലാവരുടെയും ജീവിതം തകർത്തു. സ്വസ്ഥമായ ഒരു ജീവിതം ആശിച്ചിരുന്ന താൻ ഏതോ നാട്ടിൽ ഉരുകിയുരുകി ജീവിക്കുന്നു. സ്നേഹവും സംരക്ഷണവും മാത്രം ആഗ്രഹിച്ച മീനു മുറിഞ്ഞ മനസ്സുമായി ആരുടെയോ കാരുണ്യത്തിൽ കഴിയുന്നു.

മീനുവിനെ രക്ഷിക്കണം. ഇനി അത് മാത്രമാണ് തന്റെ ലക്ഷ്യം. അമ്മ ജീവനോടെ ഉണ്ടെങ്കിലും ഇല്ലെങ്കിലും ഇനി അവരെ തനിക്ക് വേണ്ട. ആ വിശ്വാസം നഷ്ടപ്പെട്ടിരിക്കുന്നു. വീണ്ടും കാറ്റിന്റെ തണുപ്പ് കൂടി വന്നപ്പോൾ ശ്യാം മെല്ലെയെഴുന്നേറ്റു താമസസ്ഥലത്തേക്ക് നടന്നു.

പിറ്റേന്ന് രാവിലെ നേരത്തെ എഴുന്നേറ്റു ശ്യാം ആൽമരച്ചുവട്ടിലേക്കു നടന്നു. പൂക്കാരി വല്യമ്മയെ കണ്ടിട്ട് ആഴ്ചകൾ ആയിരിക്കുന്നു. ജോലിക്കു ചേർന്നശേഷം കാണാനുള്ള സമയം അധികം കിട്ടിയിരുന്നില്ല. നേരം നന്നേ പുലർന്ന് കട തുറക്കാനുള്ള നേരമായിട്ടും വല്യമ്മയെ കണ്ടില്ല. അവൻ അടുത്ത കടയിലേക്ക് ചെന്ന് അവർ എവിടെ എന്നറിയാമോ എന്നന്വേഷിച്ചു. രണ്ടു ദിവസം മുമ്പ് അവർ മരിച്ചു എന്നായിരുന്നു ലഭിച്ച വിവരം. അവനതു വിശ്വസിക്കാനായില്ല. അത് സത്യമാണോ എന്നവൻ വീണ്ടും ചോദിച്ചു. കൊറോണ ആണെന്നും അല്ലെന്നും നാട്ടുകാർ പറയുന്നുണ്ടെന്നും ഇതുവരെ ഒന്നും അറിഞ്ഞിട്ടില്ലെന്നും അവർ പറഞ്ഞു.

ശ്യാമിന് നെഞ്ചുപൊട്ടുന്ന വേദന തോന്നി. അമ്മയെപ്പോലെ സ്നേഹിച്ചു. തന്റെ ആരുമല്ലാതിരുന്നിട്ടും ആട്ടിയോടിക്കാമായിരുന്നിട്ടും ചേർത്ത് നിർത്തിയ സ്ത്രീയാണ്. തൊണ്ടയിൽ കുരുങ്ങിയ ഗദ്ഗദം ഉള്ളിലേക്കുതന്നെ അമർത്തി അവൻ കടയിലേക്ക് നടന്നു. മൂക്കും വായും മറയ്ക്കുന്ന മാസ്ക് തന്റെ കാഴ്ചയും കേൾവിയും കൂടി മറച്ചിരുന്നെങ്കിൽ എന്ന് അവൻ ആഗ്രഹിച്ചു.

കടതുറന്ന് അവനെ കണ്ടപ്പോഴേക്കും സുന്ദരിമണി ഉറക്കെ ശബ്ദമുണ്ടാക്കി. കൂടുകൾ എല്ലാം എടുത്തു പുറത്തു നിരത്തിയപ്പോഴേക്കും ആവശ്യക്കാർ വന്നു തുടങ്ങി. മുതലാളി വന്നത് ഒരു പുതിയ ജോലിക്കാരനെയുംകൊണ്ടാണ്. ഇനി മുതൽ അയാൾ പുറത്തുള്ള പണികൾ നോക്കുമെന്നും ശ്യാം കടക്കുള്ളിലുള്ള പണികളിലേക്കു കയറാനും മുതലാളി പറഞ്ഞു. ശ്യാമിന്റെ ഹൃദയമിടിപ്പ് ദ്രുതഗതിയിലായി. സുന്ദരിയെ സംരക്ഷിക്കാൻ ഇനി തനിക്കു പറ്റില്ല എന്നവന് വ്യക്തമായി. തനിക്ക് അവളെ വാങ്ങി വളർത്താനാവില്ല. ആരുടെയോ സൗജന്യത്തിൽ കഴിയുന്ന തനിക്ക് അതിനുള്ള സൗകര്യങ്ങളില്ല. നൂറുകണക്കിന് നായകൾ ഉള്ള ഈ തെരുവിലേക്ക് അവളെ തുറന്നു വിടാനും ആവില്ല. എന്ത് ചെയ്യണമെന്നറിയാതെ അവനാകെ വലഞ്ഞു. കടയ്ക്കുള്ളിൽ ജോലി ചെയ്യുമ്പോഴും അവന്റെ കണ്ണുകൾ പുറത്തു സുന്ദരിയുടെ കൂടിനു ചുറ്റുമായിരുന്നു.

സന്ധ്യ കഴിഞ്ഞാണ് അവർ മൂന്നു ചെറുപ്പക്കാർ കടയിലേക്ക് വന്നത്. കളിചിരിയും ആഘോഷവുമായി വന്ന അവർ വാരാന്ത്യം ആഘോഷിക്കാനുള്ള തയ്യാറെടുപ്പിലായിരുന്നു. വന്നപ്പോൾ തന്നെ അവർ സുന്ദരിയുടെ കൂടിനടുത്തേക്കാണ് പോയത്. തമ്മിൽ പലതും പറഞ്ഞ അവരിൽ ഒരാൾ പെട്ടെന്നാണ് സുന്ദരിമണിക്കു നേരെ വിരൽ ചൂണ്ടിയത്. അത് കണ്ടതും ശ്യാം അവിടേക്ക് ഓടി. പുതിയ പയ്യൻ സുന്ദരിയുടെ കൂടു തുറക്കും മുമ്പേ തന്നെ അവൻ അവിടെയെത്തി. കൂടു തുറന്നു സുന്ദരിയെ മെല്ലെ പിന്നിലേക്ക് തള്ളി മറ്റൊരു പിടക്കോഴിയെ അവൻ പിടിച്ചെടുത്തു. അതിനെ വേണ്ട എന്ന് അവർ ഒരേ സ്വരത്തിൽ പറഞ്ഞു. അവർ വീണ്ടും സുന്ദരിയുടെ നേരെ തിരിഞ്ഞു. അവളെ തന്നെ വേണം എന്ന് അവർ സ്വരം കടുപ്പിച്ചു. തന്റെ ഒരു വിദ്യയും ഇനി നടക്കില്ല എന്ന് അവന് ബോധ്യപ്പെട്ടു. സുന്ദരിയെ പിടിക്കാനാഞ്ഞ പുതിയ പയ്യനെ ശ്യാം പിന്നിലേക്ക് പിടിച്ചുതള്ളി. ഒടുവിൽ അവര് അഞ്ചുപേരും തമ്മിൽ ഉന്തും തള്ളുമായി.

കടയുടമ ശബ്ദം കേട്ട് പുറത്തേക്ക് വന്നു. അയാൾ കാര്യമറിയാതെ അന്തിച്ചു നിന്നു. ഒടുവിൽ കച്ചവടത്തിന് കോട്ടം വരാതെ ചെറുപ്പക്കാർ ആവശ്യപ്പെട്ട സുന്ദരിയെ സ്വയം പിടിച്ചെടുത്തു അവർക്കു കൊടുക്കാനാഞ്ഞു. ശ്യാമിന് പിന്നെ ഒന്നും നോക്കാനുണ്ടായിരുന്നില്ല. എല്ലാവരെയും തള്ളിമാറ്റി സുന്ദരിയെ അവൻ പിടിച്ചെടുത്തു. അവന്റെ കൈയിൽ ചേർന്നിരുന്ന് അവൾ വല്ലാത്ത ശബ്ദമുണ്ടാക്കി. വിറകൊള്ളുന്ന അവളെ ചേർത്തുപിടിച്ച് അവൻ വഴിയിലേക്കോടി. പുറകിൽ നിന്ന് പല ശബ്ദങ്ങളും അവൻ കേട്ടു.

പക്ഷേ തിരിഞ്ഞുനോക്കാതെ അവൻ ഓടി. ഓടിയോടി ക്ഷീണിച്ചപ്പോൾ നിന്നു.

ആരും പിന്തുടർന്ന് വരുന്നില്ലെന്ന് ഉറപ്പായപ്പോൾ അവിടെയിരുന്നു. അടുത്ത യാത്രയ്ക്കുള്ള സമയമായെന്ന് അവനു മനസ്സിലായി. കൈയിലിരുന്ന സുന്ദരിമണിയെ ഷർട്ടിനുള്ളിലേക്ക് ഒളിപ്പിച്ച് മെല്ലെയെഴുന്നേറ്റു വഴിയിലേക്കിറങ്ങി നിന്നു.

പാഞ്ഞുവരുന്ന വണ്ടികൾക്ക് നേരെ അവൻ കൈകാണിച്ചു. കൊറോണ ഭീതി വിട്ടൊഴിയാത്തതുകൊണ്ടാകും ആരും നിർത്താൻ തയ്യാറാകുന്നില്ല. ഒടുവിൽ ഏറെ വൈകി ഒരു ലോറി നിർത്തി. അവരുടെ ഭാഷയോ അവർ എവിടേക്കാണെന്നോ അവനു മനസ്സിലായില്ല. പക്ഷേ അവരോടൊപ്പം പോകാൻ അവൻ തീരുമാനിച്ചു. നിറയെ പച്ചക്കറി കയറ്റിയ ആ വലിയ ലോറിയുടെ പിന്നിൽ, പച്ചക്കറികളുടെ മുകളിൽ കിടന്നുകൊള്ളാൻ അവന് അനുവാദം കിട്ടി. ഇനി എങ്ങോട്ടെന്നറിയാതെ സുന്ദരിയേയും ചേർത്തുപിടിച്ച് അവൻ അവിടെ കയറിയിരുന്നപ്പോഴേക്കും വണ്ടി മുന്നോട്ടു നീങ്ങി. പരിചിതക്കാഴ്ചകൾ കണ്ണിൽനിന്നു മറയുവോളം അവൻ നോക്കിയിരുന്നു. പിന്നെ മെല്ലെ പുറകിലേക്ക് ചാഞ്ഞു, ഒരു നല്ല ഉറക്കത്തിനായി.

■

സമ നാന

എട്ടാം നിലയിലെ ഫ്ളാറ്റിന്റെ ജാലകച്ചില്ലിലേക്ക് മുഖം ചേർത്ത് വച്ച്, കടലാഴമുള്ള തന്റെ നീലക്കണ്ണുകൾ വിടർത്തി, ഒരു പേർഷ്യൻ പൂച്ചയുടെ എല്ലാ ഗാംഭീര്യത്തോടുംകൂടി നാന പുറത്തേക്ക് നോക്കി കിടന്നു. പുറത്ത് കാഴ്ചകളുടെ ഉത്സവമാണ്. ദുബായ് നഗരത്തിനു മുകളിലൂടെ ഒഴുകിനീങ്ങുന്ന മെട്രോ ട്രെയിൻ, നിരത്തിലൂടെ വരി മുറിയാതെ നീങ്ങുന്ന വാഹനങ്ങൾ, പച്ചയും ഓറഞ്ചും ചുവപ്പും നിറങ്ങളിൽ മിന്നിക്കത്തുന്ന സിഗ്നലുകൾ, മാനം മുട്ടുന്ന കെട്ടിടങ്ങൾ, തിരക്കൊഴിയാത്ത നടപ്പാതകൾ... അങ്ങനെയങ്ങനെ എന്തെല്ലാം.

അതിമനോഹരവും അതിനിഗൂഢവുമാണ് ഈ നഗരം. സ്വപ്നങ്ങളുടെ പറുദീസ. കണ്ണെത്താദൂരം പരന്നുകിടക്കുന്ന തരിശുനിലങ്ങളും പൂഴിമണൽക്കുന്നുകളും. ഈ മരുഭൂമിയിൽനിന്ന് ആയിരങ്ങൾ ജീവിതത്തിന്റെ പച്ചപ്പിലേക്ക് ചേക്കേറുന്നു. അവരിൽ ഒരാൾ ആയിരിക്കുന്നു താനും.

അമ്മയെ കണ്ട ഓർമ്മയില്ല. ഓർമ്മയുറയ്ക്കുമ്പോൾ താൻ ഫാത്തിമയ്ക്കും അദ്നാനും ഒപ്പമാണ്. സിനിയക്കാരായ അവരുടെ വീട്ടിൽ, അവരുടെ രണ്ടു മക്കളോടൊപ്പം താനും കളിച്ചു വളർന്നു. മാഹിറും താനും കുഞ്ഞുസമയും തന്റെ ഉറ്റചങ്ങാതിമാരായി. സ്വർണ്ണ നിറമാർന്ന തന്റെ ദേഹത്ത് മാഹിറിന്റെ വിരലുകൾ ഇപ്പോഴും തഴുകുന്നുണ്ടെന്ന് നാനയ്ക്ക് തോന്നി.

പുളിപ്പുള്ള ചെറിപ്പഴങ്ങൾ തനിക്ക് പ്രിയമാണെന്ന് ഫാത്തിക്ക് അറിയാമായിരുന്നു. തന്നെ മടിയിലിരുത്തി, വൃത്തിയാക്കിയ ചെറിക്കഷ്ണങ്ങൾ വായിൽ വച്ചു തന്നിരുന്ന ആ കൈകളിലാണ് താൻ അമ്മയുടെ സ്നേഹവും കരുതലും അറിഞ്ഞത്. നാനാ... എന്ന് അത്രയും ഈണത്തോടെ തന്നെ ആരും ഇന്നുവരെ വിളിച്ചില്ല.

ഈ ദുബായ് നഗരവീഥികളിലൂടെ അവരോടൊപ്പം എത്രയോ യാത്ര പോയിരിക്കുന്നു. രാത്രിയാത്രകളെ ഇഷ്ടപ്പെട്ടിരുന്ന തന്നെയും

മടിയിലിരുത്തി ദീർഘദൂരം കാറോടിക്കാൻ ഫാത്തി അദ്നാനെ നിർബന്ധിക്കുമായിരുന്നു. സന്തോഷത്തോടെയുള്ള തന്റെ വാലാട്ടൽ കാണുമ്പോൾ ആ കാറ് പൊട്ടിച്ചിരികൾകൊണ്ട് നിറയും.

ധാരാളം സുഹൃത്തുക്കൾ ഉണ്ടായിരുന്നു ഫാത്തിക്കും അദ്നാനും. ഇടയ്ക്കിടെ വീട്ടിൽ വച്ചുള്ള പാർട്ടികളും ഉണ്ടായിരുന്നു. അപ്പോഴെല്ലാം താനായിരുന്നു താരം. തന്നോടൊപ്പം ഫോട്ടോയെടുക്കാൻ എപ്പോഴും മത്സരമായിരുന്നു. തന്റെയും കുട്ടികളുടെയും ചില പൊടിക്കൈകൾ കൂടിയാകുമ്പോൾ എല്ലാവരും ആവേശത്തിന്റെ കൊടുമുടിയിലെത്തും.

അങ്ങനെയുള്ള ഒരു പാർട്ടിയിലാണ് വീണയെയും ജയനെയും കാണുന്നത്. അവരോടുള്ള സംസാരത്തിലും പെരുമാറ്റത്തിലും ഫാത്തിക്ക് അവരോടുള്ള അടുപ്പം മനസ്സിലാകുന്നുണ്ടായിരുന്നു.

തൊട്ടടുത്ത ഫ്ളാറ്റ് ഒഴിവായെന്ന് കേട്ടപ്പോൾ അദ്നാൻ അവരെ അവിടേക്ക് ക്ഷണിച്ചു. ഏറ്റവും സന്തോഷത്തോടെ അവരവിടേക്ക് താമസത്തിനെത്തി. അങ്ങനെ തങ്ങളുടേത് ഒരു വലിയ കുടുംബമായി. കുട്ടികളില്ലാത്ത വീണയും ജയനും മാഹിറിനെയും സമയെയും സ്വന്തം മക്കളെപ്പോലെ സ്നേഹിച്ചു. തനിക്കുമുണ്ടായി ആ വീട്ടിൽ ഒരു പ്രധാന സ്ഥാനം. രാജ്യമോ ഭാഷയോ ജാതിയോ മതമോ ഒന്നും ആ സുഹൃത്തുക്കൾക്ക് പ്രശ്നമായിരുന്നില്ല. അവരുടെ ഭാഷ എപ്പോഴും ഒന്നായിരുന്നു - സ്നേഹം.

എല്ലാ സന്തോഷങ്ങൾക്കിടയിലും അവരുടെ കൺപീലിത്തുമ്പിൽ എന്നും സിറിയ ഒരു കണ്ണീർത്തുള്ളിയായി തുളുമ്പി നിന്നു. തങ്ങളുടെ രാജ്യത്ത് നടക്കുന്ന കലാപങ്ങളിൽ അവർ വല്ലാതെ വേദനിച്ചു. സിറിയയിലുള്ള മാതാപിതാക്കളേയും സഹോദരങ്ങളെയും നിരന്തരം വിളിച്ച് ആശ്വസിപ്പിച്ചുകൊണ്ടേയിരുന്നു. എണ്ണമില്ലാതെ നിരത്തിക്കിടത്തിയിരിക്കുന്ന പിഞ്ചുകുഞ്ഞുങ്ങളുടെ ചലനമറ്റ ശരീരങ്ങളുടെ ചിത്രങ്ങൾ കാണുമ്പോൾ ഫാത്തി വേദനയോടെ ടി.വി. ഓഫ് ചെയ്യും.

അന്നൊരു വെള്ളിയാഴ്ചയായിരുന്നു. അവധിദിവസമായതിനാൽ എല്ലാവരും വീട്ടിൽതന്നെയുണ്ടായിരുന്നു. ഫാത്തിയുണ്ടാക്കിയ ഭക്ഷണമൊക്കെക്കഴിച്ച് കുട്ടികളോടൊപ്പം താനും ഒരു ഉച്ചമയക്കത്തിനു പോയി. ഫാത്തിമയുടെ ഉറക്കെയുള്ള കരച്ചിൽ കേട്ടാണ് താനും മാഹിറും ഞെട്ടിയുണർന്നത്. ഓടിയെത്തിയ തങ്ങൾ കണ്ടത് അദ്നാന്റെ നെഞ്ചിൽ തലതല്ലിക്കരയുന്ന ഫാത്തിയെയായിരുന്നു. വീണയെ പെട്ടെന്ന് വിളിച്ചുകൊണ്ടുവരാൻ മാഹിറിനോട് അദ്നാൻ പറഞ്ഞു. എന്തുചെയ്യണമെന്നറിയാതെ താൻ പോയി ഫാത്തിയുടെ

കാലിനോട് ചേർന്നിരുന്നു. വിങ്ങിപ്പൊട്ടിയുള്ള ആ കരച്ചിൽ കണ്ട് തനിക്കും സങ്കടം സഹിക്കാനാവുന്നുണ്ടായില്ല.

എന്താണ് കാര്യമെന്നന്വേഷിച്ചുകൊണ്ടാണ് വീണയും ജയനുമെത്തിയത്. അദ്നാനാണ് വിവരങ്ങൾ പറഞ്ഞത്. സിറിയയിൽ ഫാത്തിയുടെ വീടിനു സമീപം കലാപം നടന്നിരിക്കുന്നു. മാതാപിതാക്കൾക്കും സഹോദരങ്ങൾക്കും അപകടം സംഭവിച്ചതായി ആരോ അറിയിച്ചു. പക്ഷേ കൂടുതൽ വിവരങ്ങൾ അറിയാൻ സാധിക്കുന്നില്ല.

എത്രയൊക്കെ സമാധാനിപ്പിക്കാൻ നോക്കിയിട്ടും ഫാത്തി അടങ്ങിയില്ല. എത്ര കഷ്ടപ്പെട്ടായാലും നാട്ടിൽ പോകണമെന്നും വിവരങ്ങൾ അറിയണമെന്നും ശഠിച്ചു. അദ്നാന് സമ്മതം പറയുകയല്ലാതെ വേറെ വഴിയുണ്ടായിരുന്നില്ല.

ജയനും അദ്നാനും കൂടിയാണ് യാത്രയ്ക്കുള്ള ഒരുക്കങ്ങളെല്ലാം പൂർത്തിയാക്കിയത്. ഒടുവിൽ സമയെ കൂടെ കൊണ്ടുപോകുന്നില്ല എന്ന തീരുമാനത്തിൽ എത്തി. ആ സമയത്ത് പനിയുണ്ടായിരുന്ന സമയ്ക്ക് അവിടെച്ചെന്ന് അത്യാവശ്യം വന്നാൽ ചികിത്സ കിട്ടാൻ ബുദ്ധിമുട്ടാകും എന്നു കരുതിയാണ് അങ്ങനെ തീരുമാനിച്ചത്.

അതൊരു കടുത്ത വേനൽക്കാലമായിരുന്നു. തിളയ്ക്കുന്ന വെയിലായിരുന്നു പുറത്ത്. പക്ഷേ അതിലേറെ ചൂടുപിടിച്ച മനസ്സുമായാണ് ഞങ്ങളവരെ യാത്രയാക്കിയത്. സമയെയും തന്നെയും വീണയുടെ കൈകളിലേല്പിച്ചപ്പോൾ കരഞ്ഞ് ചുവന്ന ഫാത്തിയുടെ മുഖം വീണ്ടും ചുവന്ന് തുടുത്തു. സമയെ ഉമ്മകൾകൊണ്ട് മൂടി അവർ യാത്ര പറഞ്ഞിറങ്ങി.

ഫാത്തി നോക്കിയതുപോലെ, ഒരുപക്ഷേ അതിനേക്കാൾ ഒരുപടി കൂടി നന്നായി വീണ ഞങ്ങളെ നോക്കി. പക്ഷേ യാത്ര പറഞ്ഞുപോയവരെക്കുറിച്ച് ഒന്നുമറിയാനാവാതെ ഞങ്ങൾ വിഷമിച്ചു. പിന്നേയും ദിവസങ്ങൾ കഴിഞ്ഞാണ് അവർ സിറിയയിൽ എത്തിച്ചേർന്നു എന്നുപോലും അറിയാൻ കഴിഞ്ഞത്.

അഞ്ച് വയസ്സുകാരി സമ വളരെവേഗം സാഹചര്യങ്ങളുമായി ഇണങ്ങി. കുസൃതികൾ കാട്ടി വീടിനുള്ളിലാകെ അവൾ പറന്നുനടന്നു. വീണയുടെയും ജയന്റെയും ലോകം അവളിലേക്ക് ചുരുങ്ങി. താനും ആ കുടുംബത്തിന്റെ ചൂടുപറ്റി നടന്നു.

പെട്ടെന്ന് ജനൽപ്പടിയിലേക്ക് ഒരു പ്രാവ് പറന്നിറങ്ങി. കണ്ണാടിപ്പാളിക്കപ്പുറം നാനയെ കണ്ടതും പേടിയോടെ അത് ചിറകടിച്ചകന്നു. പുറത്തെ വെയിലിലേക്ക് കണ്ണുചിമ്മി വാലൊന്നിളക്കി നാന അവിടെത്തന്നെ കിടന്നു.

ഏകദേശം മൂന്നാഴ്ച കഴിഞ്ഞപ്പോൾ അവർ തിരിച്ചു വരുന്നതായി അറിയിപ്പെത്തി. ഫാത്തിയുടെ കുടുംബത്തിൽ ഒരു സഹോദരനൊഴികെ പിഞ്ചുകുഞ്ഞടക്കം ബാക്കി ഒൻപത് പേരും അന്നത്തെ ചാവേറാക്രമണത്തിൽ കൊല്ലപ്പെട്ടിരുന്നു. അതിന്റെ സങ്കടം തീരും മുമ്പേയാണ് അവർ മടക്കയാത്രയ്ക്കൊരുങ്ങുന്നത്. മാഹിറിനെ കാണാനും അവനോടൊത്ത് കളിക്കാനും താൻ കൊതിയോടെ ദിവസങ്ങളെണ്ണിയിരുന്നു.

അവരെ കാത്തിരുന്ന ഞങ്ങളെ ഞെട്ടിച്ചുകൊണ്ടാണ് ആ വാർത്തയെത്തിയത്. എയർപോർട്ടിലേക്കുള്ള യാത്രയിൽ അവരുടെ കാർ തടഞ്ഞുനിർത്തി തീവ്രവാദികൾ ഡ്രൈവറുൾപ്പെടെ അഞ്ചു പേരെയും വെടിവെച്ചുകൊന്നിരിക്കുന്നു.

എട്ട് വയസ്സുകാരൻ മാഹിറിനെപ്പോലും മുട്ടിന്മേൽ നിർത്തി നിറയൊഴിച്ച വാർത്ത കേട്ട് വീണ വാവിട്ടു കരഞ്ഞതോർക്കുന്നു. ആ ഒരൊറ്റ വാർത്തയിലൂടെ സമയും താനും ഈ ലോകത്ത് പെട്ടെന്ന് ഒറ്റപ്പെട്ടുപോയി.

പിറ്റേന്ന് മുതൽ തങ്ങളുടെ ജീവിതമാകെ മാറി. മാതാപിതാക്കളില്ലാതെ അന്യദേശക്കാരിയായ കുട്ടിയെ സംരക്ഷിച്ച വീണയെയും ജയനെയും ജയിലിലടച്ചു. സമയെ പൊലീസുകാർ അനാഥാലയത്തിലാക്കി. തന്നെ വീട്ടിൽനിന്നു പുറത്താക്കി വാതിൽ പൂട്ടി. കരഞ്ഞു നിലവിളിച്ച സമയെ കുറെ സ്ത്രീകൾ ചേർന്ന് വണ്ടിയിൽ കയറ്റിക്കൊണ്ടുപോയി.

ചൂടും വിശപ്പും കൊണ്ട് വലഞ്ഞ താൻ ആരുടെയൊക്കെയോ ദയയിൽ മുന്നോട്ടുപോയി. അഞ്ചാം ദിവസമാണ് വീണയെയും ജയനെയും അവർ വിട്ടയച്ചത്. പലവിധ അന്വേഷണങ്ങൾക്കൊടുവിൽ അവർ കുറ്റക്കാരല്ല എന്നുകണ്ട് മാനുഷികപരിഗണനയിൽ വിട്ടയയ്ക്കുകയായിരുന്നു. തിരിച്ചെത്തിയ ഉടനെ അവർ തന്നെ അന്വേഷിച്ചെത്തി. അടുത്തുള്ള ഒരു കെട്ടിടത്തിൽ എസിയിൽ നിന്നിറ്റു വീഴുന്ന വെള്ളത്തുള്ളികളുടെ തണുപ്പിൽ കിടക്കാൻ ശ്രമിക്കുമ്പോഴാണ് ദൂരെ നിന്ന് 'നാനാ' എന്ന ജയന്റെ വിളി കേൾക്കുന്നത്. ഓടിച്ചെന്ന തന്നെ വാരിയെടുത്ത് വീട്ടിൽക്കൊണ്ടുപോയി വയറുനിറയെ ഭക്ഷണം തന്നു. സമയെ വിളിച്ചുകരഞ്ഞ് ആ വീട് മുഴുവൻ താൻ നടന്നു.

പിന്നീടിങ്ങോട്ട് കഴിഞ്ഞ ഒരു വർഷത്തിലേറെയായി സമയെ വീണ്ടെടുക്കാനുള്ള യുദ്ധത്തിലായിരുന്നു വീണയും ജയനും. നിയമത്തിന്റെ എല്ലാ പഴുതുകളും അവർ അന്വേഷിച്ചു. സ്നേഹത്തിന്റെയും സഹാനുഭൂതിയുടെയും സൗഹൃദത്തിന്റെയും എല്ലാ നല്ല വശങ്ങളും അവരിൽ താൻ കണ്ടു. അന്യരാജ്യക്കാരിയായ ആ പെൺകുഞ്ഞിനെ

സ്വന്തമായി കിട്ടാൻ അവർ മുട്ടാത്ത വാതിലുകളില്ല. പ്രാർത്ഥിക്കാത്ത ദൈവങ്ങളില്ല.

ഈ മരുഭൂമിയിലെ സ്നേഹത്തിന്റെ തണൽവീശി നില്ക്കുന്ന രണ്ടു ഖാഫ് മരങ്ങളായി തന്റെയും സമയുടെയും മുന്നിൽ അവർ മാറുകയായിരുന്നു. തങ്ങൾക്കുള്ള സകലസ്വത്തും അവളുടെ പേരിലേക്ക് മാറ്റിക്കൊണ്ട് അവർ നീതിപീഠത്തിന് മുമ്പിൽ തങ്ങൾക്ക് അവളോടുള്ള സ്നേഹം തെളിയിച്ചു. ഒടുവിൽ എല്ലാ എതിർപ്പുകൾക്കും തർക്കങ്ങൾക്കും വാഗ്വാദങ്ങൾക്കും വാർത്തകൾക്കുമൊടുവിൽ സമയെ അവർക്കു വിട്ടുനല്കിക്കൊണ്ട് ഉത്തരവായി.

പത്രങ്ങളിലും ചാനലുകളിലുമെല്ലാം സമ ഒരു വാർത്തയായി. അന്യദേശക്കാരിയും അന്യമതസ്ഥയുമായ അഞ്ചു വയസ്സുകാരിക്കുവേണ്ടി ഇവർ നടത്തിയ നിയമപോരാട്ടം ലോകശ്രദ്ധയാകർഷിച്ചിരുന്നു. സുഹൃത്തുക്കളെല്ലാം ഇവരോടൊപ്പം നിന്നപ്പോൾ മുഖം തിരിച്ച പലരും ഇവരുടെ അടുത്ത ബന്ധുക്കളായിരുന്നു. അപ്പോഴാണ് തോന്നിയത്, സൗഹൃദങ്ങൾക്ക് ആരും അതിരുകൾ തിരിച്ചിട്ടില്ല, പക്ഷേ ബന്ധങ്ങൾക്ക് അതിരുകളും അരുതുകളും ധാരാളമുണ്ടുതാനും. രാജ്യത്തിന്റെ, ഭാഷയുടെ, ജാതിയുടെ, മതത്തിന്റെ, നിറത്തിന്റെ അങ്ങനെ പലതിന്റെയും.

യാത്രപറഞ്ഞുപോയ ഫാത്തിയും അദ്നാനും മാഹിറും സമയുടെ ഓർമ്മയിൽ മങ്ങിത്തുടങ്ങിയിട്ടുണ്ട്. സിറിയ എന്ന കണ്ണീർത്തുള്ളിയെക്കുറിച്ച് വളരുമ്പോൾ അവളറിയും. ഏറ്റെടുക്കാൻ തയ്യാറാകാത്ത ബന്ധുക്കളെയും ലോകത്തോടു മുഴുവൻ യുദ്ധം ചെയ്ത് അവളെ സ്വന്തമാക്കിയവരെക്കുറിച്ചും അവളറിയും. പലർക്കും തിരിച്ചറിയാൻ പറ്റാത്ത പലതും അവൾ തിരിച്ചറിയും. ഇവരോടൊപ്പം ജീവിച്ചുകൊണ്ട് അത് താൻ കാണും. നാന തലതിരിച്ച് മുറിക്കുള്ളിലേക്ക് നോക്കി. തന്റെ വീട്! താൻ സ്നേഹിക്കുന്നവരുടെയും തന്നെ സ്നേഹിക്കുന്നവരുടെയും വീട്. ജനാലപ്പടിയിൽനിന്നും നാന താഴേക്ക് ചാടിയിറങ്ങി. മുറിക്കുള്ളിലാകെ ചുറ്റിനടന്ന് ബെഡ്റൂമിന്റെ ഡോർ തള്ളിത്തുറന്ന് കയറിച്ചെന്നു.

വീണയുടെ നെഞ്ചോടൊട്ടി സമ കിടക്കുന്നുണ്ട്. ജയന്റെ കൈയും അവളെ ചുറ്റിപ്പിടിച്ചിട്ടുണ്ട്, ആർക്കും വിട്ടുകൊടുക്കില്ല എന്ന് പറയുമ്പോലെ.

നാന മെല്ലെ കട്ടിലിലേക്ക് കയറി, സമയുടെ കൈക്കുള്ളിലെ ഒഴിഞ്ഞുകിടന്ന സ്ഥലത്തേക്ക് ഒരു കുറുകുറുപ്പോടെ ചേർന്ന് നീണ്ട ഉറക്കമാരംഭിച്ചു.

■

അക്വേറിയം

വിമാനക്കാലുകൾ നിലംതൊടുമ്പോൾ മീര സ്വപ്നമയക്കത്തിലായിരുന്നു. ചെമണ്ണുകൊണ്ടുള്ള കൂറ്റൻ ചിതൽപ്പുറ്റുകൾ നിറഞ്ഞ ഒരു സ്ഥലം. അതിനിടയിലൂടെ പോകുന്ന വളഞ്ഞുപുളഞ്ഞ ഒരു ഒറ്റയടിപ്പാത. സന്ധ്യമയങ്ങിയ നേരത്ത് വഴിയറിയാതെ ആകാശം മാത്രം തിരിച്ചറിഞ്ഞ് മുന്നോട്ട് നടക്കുകയാണ്. ദൂരെ എവിടെയോ നിന്ന് കടലിന്റെ ഇരമ്പൽ. ഇരുട്ടിന് കട്ടിയേറും തോറും ചിതൽപ്പുറ്റുകളിലെ ഇരുട്ടറകളിൽനിന്നും എന്തോ വെളിച്ചം മീര കണ്ടു. അടുത്ത് ചെന്നു നോക്കിയപ്പോൾ അവൾ ഞെട്ടി പിന്നോക്കം മാറി. അത് രണ്ട് കുഞ്ഞിക്കണ്ണുകളായിരുന്നു. ശരീരമില്ലാത്ത മുഖമില്ലാത്ത രണ്ടു കണ്ണുകൾ. പിടഞ്ഞുമാറി അവൾ മുന്നോട്ടോടി.

നെറ്റിയിൽ കിനിയുന്ന വിയർപ്പുതുള്ളികൾ കൈത്തണ്ടകൊണ്ടു തുടച്ചുമാറ്റുമ്പോൾ കേൾക്കാത്ത ഒരു പിൻവിളിക്കായി അവൾ ആഗ്രഹിച്ചു. കൊള്ളിമീനുകൾ തലങ്ങും വിലങ്ങും പായുന്ന ആകാശത്ത് ഉടനെ പെയ്തിറങ്ങാൻ പോകുന്ന ഒരു വേനൽമഴ നിറഞ്ഞുനിന്നു. തൊട്ടാൽ പൊടിയുന്ന ആൾപൊക്കമുള്ള ഈ മൺപുറ്റുകളിലേക്ക് മഴത്തുള്ളികൾ എത്തേണ്ട താമസം അവ തന്റെ മേലേക്ക് പൊടിഞ്ഞു വീഴും എന്നവളോർത്തു. എങ്കിലെത്ര നന്നായി. ഒന്നുമറിയാതെ ഈ മൺപുതപ്പിനുള്ളിൽ മയങ്ങാം. അല്ലെങ്കിൽ ഒഴുകിയൊഴുകി കടലിലേക്ക്. സ്വപ്നത്തേയും ജീവിതത്തേയും മറവിയിലേക്ക് തള്ളി തണുത്തുറഞ്ഞ ആദ്യ മഴത്തുള്ളി അവളുടെ നെറുകയിൽ പതിച്ചു.

ചെമ്മണ്ണിലേക്ക് മുട്ടുകുത്തിയിരിക്കുമ്പോൾ മീര ചിരിച്ചു. മഴയെ സ്നേഹിച്ച് സ്നേഹിച്ച് ഒടുവിൽ മഴയോടൊപ്പംതന്നെ. അപ്പോഴാണ് ഒരു ഭൂമികുലുക്കംപോലെ അവൾ ആകെ ഒന്നുലഞ്ഞത്. കണ്ണുകൾ വലിച്ചുതുറക്കുമ്പോൾ വിമാനം നിലംതൊട്ടിരുന്നു. കൊച്ചുകണ്ണാടി ജാലകത്തിലൂടെ നോക്കിയപ്പോൾ ഒടിഞ്ഞുവീഴുമെന്ന് തോന്നും വിധം വിമാനച്ചിറകുകൾ ആടിയുലയുന്നു.

എയർപോർട്ടിനുള്ളിലെ തണുപ്പിൽ മീരയ്ക്കായി കാത്തു നിൽക്കുമ്പോൾ ഹരിയുടെ ഉള്ളെരിയുകയായിരുന്നു. എത്രയോ ദിവസങ്ങളുടെ കാത്തിരിപ്പിനൊടുവിലാണ് മീര ഈ മരുഭൂമിയിലേക്ക് വരാമെന്ന് സമ്മതിച്ചത്.

ജീവിതത്തേയും പ്രകൃതിയേയും വല്ലാതെ സ്നേഹിച്ചവർ പരസ്പരം കണ്ടെത്തിയത് വിസ്മയകരമായിരുന്നു. നാടിനെയും പ്രകൃതിയെയും മനസ്സിലാക്കിത്തരുന്ന ഒരു ക്യാമ്പിൽ പങ്കെടുക്കാനുള്ള അപേക്ഷ അയച്ചു കാത്തിരുന്ന കാലം. ഉയർന്ന വിദ്യാഭ്യാസം നേടിയിട്ടും പ്രകൃതിക്കുവേണ്ടി വാദിക്കാൻ നടക്കുന്ന തന്നെ നാട്ടുകാർ ഒരു അത്ഭുതജീവിയാക്കിത്തീർത്തിരുന്നു. ക്യാമ്പിലേക്ക് കടന്നു ചെന്നപ്പോൾ തന്റെ സ്വപ്നങ്ങൾക്ക് ഒപ്പം നിൽക്കാൻ ഒരുപറ്റം സുഹൃത്തുക്കളെയാണ് കണ്ടത്. നാടും മേടും അവർക്കൊപ്പം അലഞ്ഞു. പുഴകളും കാടുകളും അവയുടെ പച്ചപ്പും ജീവിതത്തിൽ നിറഞ്ഞു. യാദൃച്ഛികമായാണ് കവിതയും കഥയും നിറഞ്ഞ ഒരു മനസ്സ് ഇതിലൊരാളിൽ താൻ കണ്ടെത്തിയത്. പിന്നീടുള്ള യാത്രകളിൽ തോളോടുതോൾ ചേർന്നു നടന്നു. ഒടുവിൽ ജീവിതത്തിൽ ഒന്നിക്കാനും തീരുമാനം.

സന്തോഷത്തോടെ ബന്ധത്തിനു സമ്മതിച്ച ഇരുവീട്ടുകാർക്കും ഒരു നിബന്ധന. വിവാഹത്തിനുശേഷം കാടും മേടും അലയരുത്. ജോലിചെയ്ത് സ്വസ്ഥമായി ജീവിക്കുക. മീര പിന്നോട്ട് നിന്നപ്പോഴും എല്ലാ നിബന്ധനകളും സമ്മതിച്ച് താൻ മുന്നിൽ നിന്നു.

വിവാഹത്തിനു മുമ്പുതന്നെ ജോലി നേടി. മീരയ്ക്ക് വേണ്ടതെല്ലാം ഒരുക്കി. വീടിന്റെ മുറ്റം നിറയെ ചെടികൾ, മുറ്റത്ത് ഒരു കൊച്ചു കുളം കെട്ടി അതിൽ പലതരം മീനുകൾ, കൊച്ചു കൊച്ചു കൂടുകളിൽ പലതരം പക്ഷികൾ, അങ്ങനെ അവൾ കാണാനാഗ്രഹിച്ചതെല്ലാം വീട്ടിലൊരുക്കി അവളെ ജീവിതത്തിലേക്ക് വരവേറ്റു.

സന്തോഷവും സമാധാനവും നിറഞ്ഞ ആ ജീവിതത്തിലേക്ക് അപ്രതീക്ഷിതമായാണ് ഒരാൾ വന്നു കയറിയത്. കോളേജിൽ ഒപ്പം പഠിച്ച ഒരു സുഹൃത്ത്. ഗൾഫിൽ ജോലി ചെയ്തിരുന്ന അവൻ അവധിക്കെത്തിയപ്പോൾ നടത്തിയ ഒരു സൗഹൃദസന്ദർശനം. മണലാരണ്യത്തിലെ അത്ഭുതങ്ങൾ വിവരിച്ച്, ജോലി ചെയ്യുന്ന കമ്പനിയിലേക്ക് ജോലിക്ക് ക്ഷണിച്ചപ്പോൾ ഒരു കൗതുകത്തിന് സമ്മതിച്ചു. സുഹൃത്ത് പറഞ്ഞ എല്ലാ അത്ഭുതങ്ങളും വിവരിച്ച് കേൾപ്പിച്ചിട്ടും മീര സമ്മതിച്ചില്ല. തന്റെ എല്ലാ ന്യായങ്ങളേയും അവൾ അന്യായമാക്കി. ഒടുവിൽ മനസ്സില്ലാമനസ്സോടെ വിമാനം കയറി.

ഉരുകിത്തിളയ്ക്കുന്ന ഈ മണ്ണ് തനിക്ക് എല്ലാം തന്നു. ജോലി,

വീട്, വാഹനം, നല്ല വരുമാനം- എല്ലാം. പക്ഷേ അപ്പോഴൊക്കെ എന്തോ ഒന്നിന്റെ കുറവ് തോന്നിക്കൊണ്ടിരുന്നു.

എത്ര നിർബന്ധിച്ചിട്ടും മീര വരാൻ തയ്യാറായില്ല. ആദ്യത്തെ അവധിക്ക് നാട്ടിൽ ചെന്നപ്പോഴും ഒപ്പം പോരാൻ നിർബന്ധിച്ചു. താൻ മാത്രമല്ല, ഇരുവീട്ടുകാരും ബന്ധുക്കളും സുഹൃത്തുക്കളുമെല്ലാം. പക്ഷേ മീര വഴങ്ങിയില്ല. പുഴയരികിലുള്ള തന്റെ വീടിനെ അവൾ ഒരുപാട് സ്നേഹിച്ചു. വലിയപറമ്പിന്റെ അറ്റത്തുള്ള കടവിലേക്ക് തന്റെ കൈയും പിടിച്ച് നടക്കും. വെള്ളത്തിലേക്ക് ചാഞ്ഞു നിൽക്കുന്ന ഇല്ലിക്കാടുകളിലേക്ക് കണ്ണിമയ്ക്കാതെ നോക്കിയിരിക്കും. പൊന്മാനുകൾ പാറിനടക്കുന്നത് കാണുമ്പോൾതന്നെ കണ്ണുപൊട്ടൻ മൂങ്ങകളും ചെമ്പോത്തുമായുള്ള വാക്കുതർക്കങ്ങൾക്ക് അവൾ ചെവികൊടുത്തു.

"അപ്പോ മീര വരുന്നില്ലേ എന്റെ കൂടെ?"

ഉണ്ട് എന്നോ ഇല്ല എന്നോ അവൾ മറുപടി പറഞ്ഞില്ല. കടവിലെ ആഞ്ഞിലിയിലേക്ക് പടർന്നുകിടക്കുന്ന കുന്നിക്കുരു വള്ളികളിലേക്ക് പാളി നോക്കി, താഴെ വീണുകിടക്കുന്ന പാതി കറുപ്പും പാതി ചുവപ്പും നിറമുള്ള കുന്നിക്കുരു ഒന്നൊന്നായി മീര പെറുക്കിക്കൂട്ടി.

മൂവാണ്ടൻ മാവിന്റെ കൊമ്പിൽ ഊഞ്ഞാൽ കണ്ടപ്പോൾ താൻ അത്ഭുതപ്പെട്ടു. കുട്ടികളില്ലാത്ത വീട്ടിൽ ഊഞ്ഞാലെന്തിനെന്ന് അമ്മയോട് ചോദിക്കുകയും ചെയ്തു.

"മീരയുടെ നിർബന്ധത്തിന് കെട്ടിയതാണ് മോനേ. അവൾ വല്ലപ്പോഴും അതിൽ പോയിരിക്കുന്നത് കാണാം" എന്ന് വാത്സല്യത്തോടെ പറഞ്ഞ് അമ്മ പോയി.

തൊടിയിലെ എല്ലാ മരങ്ങളുടെയും പേര് അവൾക്കറിയാം. ഗന്ധർവ്വന്മാരുടെ സാന്നിധ്യമുണ്ടെന്ന് പറയപ്പെടുന്ന പാലമരം മുതൽ തൊട്ടാൽ പൊള്ളുന്ന ചാര് വരെ. പക്ഷേ ഒന്നുറപ്പ്, അവൾ ഏറ്റവും സ്നേഹിക്കുന്നത് ഇവരെയൊന്നുമല്ല. നിഗൂഢതയുടെ കരിമ്പച്ച ഇലകൾ പുതച്ച് യക്ഷിക്കഥകൾക്ക് കൂട്ടുനില്ക്കുന്ന പവിഴമല്ലിയെയാണ്. ഇളംചുവപ്പ് തണ്ടും തൂവെള്ള ഇതളുകളുമുള്ള നേർത്ത മഞ്ഞുതുള്ളികൾ പറ്റിയിരിക്കുന്ന ഓർമ്മകളുടെ സുഗന്ധം പേറുന്ന പൂക്കൾ മുറ്റത്തിന്റെ ഒരു കോണിലാകെ അത്തപ്പൂക്കളമിട്ട പോലെ വീണുകിടക്കുന്നുണ്ടാവും.

ഒടുവിൽ അവൻ മടങ്ങുമ്പോൾ കൂടെ വിളിക്കരുതേ എന്ന് നോക്കി നിന്നു മീര.

തിരികെയെത്തി ജോലിയിൽ പ്രവേശിച്ചപ്പോൾ നാട്ടിൽനിന്നും തേടിയെത്തിയത് ഒരു നല്ല വാർത്ത. മീരയിൽ ഒരു പുതുജീവൻ തുടിക്കുന്നു എന്ന്. അവളുടെ ആഗ്രഹംപോലെ വലിയ കണ്ണുകളും കൊഞ്ചുന്ന വർത്തമാനവുമുള്ള ഒരു സുന്ദരിമോളായിരിക്കുമെന്ന് താൻ ഉറപ്പിച്ചു. മാസങ്ങളുടെ ഒടുവിൽ, മകൾ പിറന്നപ്പോൾ മഴ പെയ്യുന്നുണ്ടായിരുന്നു എന്ന് മീര പറഞ്ഞു.

ഇന്നുവരെ കണ്ടിട്ടില്ലാത്ത നെഞ്ചോട് ചേർത്തിട്ടില്ലാത്ത തന്റെ മോളേയും കൊണ്ടാണ് മീര വരുന്നത്. പക്ഷേ മീര പുറപ്പെട്ടോ എന്നറിയാൻ ഇന്നലെ വീട്ടിലേക്ക് വിളിച്ചപ്പോൾ കേട്ട അമ്മയുടെ ശബ്ദത്തിൽ എന്തോ ഒരു പതർച്ച.

ഉവ്വ്, പുറപ്പെട്ടു എന്നു മാത്രമാണ് അമ്മ പറഞ്ഞത്. എന്താണെന്ന് പലവട്ടം ചോദിച്ചിട്ടും ഒന്നുമില്ല എന്ന കരച്ചിലിന്റെ ഒരു ഈണം മാത്രമാണ് മറുപടിയായി കിട്ടിയത്.

മീരയുടെ വീട്ടിൽ വിളിച്ചപ്പോഴും വ്യക്തമായ ഒരു മറുപടി കിട്ടിയില്ല. ആകെ ഒരു മ്ലാനത. മീര അവിടെനിന്നും കുഞ്ഞുമായി പോരുന്നതിന്റെ വിഷമമാകാനാണ് സാധ്യത. ഇവിടെ ഇങ്ങനെ അവരുടെ വരവിനായി കാത്തുനില്ക്കുമ്പോൾ പക്ഷേ മനസ്സിൽ അറിയാതെ കടന്നുവരുന്നത് അശുഭചിന്തകളാണ്.

യാത്രക്കാർ പുറത്തേക്ക് വരാൻ തുടങ്ങി. ഓരോ തവണ വാതിൽ തുറന്നടയുമ്പോഴും ഹരി വിറയാർന്നുനിന്നു. ഒടുവിൽ ആ വാതിൽക്കൽ മീരയുടെ മുഖം തെളിഞ്ഞപ്പോൾ ഹരിയുടെ ഹൃദയം നിറഞ്ഞു തുളുമ്പി. ആകെ ക്ഷീണിച്ചവശയായി തോന്നിയ അവളുടെ കൈയിൽനിന്നും കുഞ്ഞിനെ വാങ്ങുവാൻ ഹരി ഓടിച്ചെന്നു. പക്ഷേ കൈയിൽ പിടിക്കാൻ പാകത്തിനുള്ള ഒരു ബാഗല്ലാതെ കുഞ്ഞിനെയോ ട്രോളിയോ ഒപ്പം കണ്ടില്ല. കൂടെ ഇറങ്ങിവന്നവരുടെ കൈയിലും തോളത്തുമെല്ലാം പരവേശത്തോടെ കുഞ്ഞിനെ തിരഞ്ഞു.

തന്റെ അടുത്തേക്ക് നടന്നുവരുന്ന മീരയെ ഹരി വിശ്വസിക്കാനാവാതെ നോക്കി നിന്നു. തന്നെ കാണുമ്പോൾ പുഞ്ചിരി പൂക്കുന്ന ചുണ്ടുകളും സ്നേഹം തിളങ്ങുന്ന കണ്ണുകളും അവൾക്ക് നഷ്ടമായിരിക്കുന്നു. മനസ്സ് എവിടെയോ മറന്നുവച്ചതുപോലെ. എന്തിനെന്നോ എവിടേക്കെന്നോ അറിയാതെയുള്ള നടത്തം.

അടുത്തെത്തിയ മീരയുടെ തോളത്ത് തൊട്ട് ഹരി ചോദിച്ചു.

“മോളേ, കുഞ്ഞ്?”

കണ്ണുകളുയർത്തി മീര ഹരിയെ നോക്കി. ഏങ്ങിവന്ന തേങ്ങൽ കണ്ണുകളിൽ നീർമണികളായി നിറയുന്നത് അവൻ കണ്ടു.

"ഞാൻ അവളെ കൊണ്ടുവന്നില്ല ഹരി."

കേട്ട വാർത്തയേക്കാൾ മീരയുടെ ഭാവം കണ്ട ഹരി പേടിച്ചു. അവൾ തളർന്നുവീണുപോയേക്കുമെന്ന് തോന്നി. പിന്നീടൊന്നും ചോദിക്കാതെ ബാഗ് കൈയിൽ വാങ്ങി. അവളെയും ചേർത്തുപിടിച്ച് ഉരുകിത്തിളയ്ക്കുന്ന വെയിലിലൂടെ കാറിനടുത്തേക്ക് നടന്നപ്പോൾ ഹരിയുടെ ഉള്ളിൽ ഒരു ഉഷ്ണക്കാറ്റ് വീശിയടിച്ചു.

ഫ്ളാറ്റിലേക്കുള്ള യാത്രയ്ക്കിടയിൽ ഹരി ഒന്നും ചോദിച്ചില്ല. ഇടയ്ക്കിടെ മീരയെ നോക്കിപ്പോൾ മുന്നിലേക്ക് കണ്ണുനട്ടിരിക്കുന്ന അവളുടെ കണ്ണുകൾ നിറഞ്ഞൊഴുകുന്നത് കണ്ടു. വഴിയുടെ ഇരുപുറവും മേഘം തൊട്ടുനില്ക്കുന്ന വലിയ വലിയ കെട്ടിടങ്ങളോ വഴിയിലൂടെ ഇരമ്പിപ്പായുന്ന വാഹനങ്ങളോ അവൾ കാണുന്നില്ല.

പാർക്കിങ്ങിൽ വണ്ടിയൊതുക്കി ബാഗെടുത്ത് ഇറങ്ങിയ ഹരി മീരയുടെ ഡോർ തുറന്ന് അവളെ തൊട്ടുവിളിച്ചു.

"വരൂ. ഫ്ളാറ്റെത്തി."

പോക്കറ്റിൽ കിടന്ന താക്കോൽക്കൂട്ടത്തിൽ നിന്നും ഫ്ളാറ്റിന്റെ താക്കോൽ ഏതാണെന്ന് ഹരി മറന്നു. ചോദ്യങ്ങളും സംശയങ്ങളും പേടിയുമാണ് മനസ്സുനിറയെ. ഒടുവിൽ മുറിയിലേക്ക് കയറിയ ഹരി മീരയെ തനിക്കഭിമുഖം പിടിച്ചു നിർത്തി.

"എന്താ മീരാ പറയൂ."

അവൾ ഒന്നും മിണ്ടിയില്ല. അവൻ വീണ്ടും ചോദ്യഭാവത്തിൽ അവളുടെ ചുമലിൽ പിടിച്ചു കുലുക്കി.

"ഞാൻ ഒറ്റയ്ക്കാണ് ഹരീ."

"എന്തുപറ്റി മീരാ, കുഞ്ഞെവിടെ?"

"അവളെ ഞാൻ കൊണ്ടുവന്നില്ല. ഈ പൊള്ളുന്ന വെയിലിലേക്ക്, ജീവിതത്തിലേക്ക് അവളെ ഞാൻ കൊണ്ടുവന്നില്ല. അവൾ നമ്മുടെ പ്രാണനല്ലേ ഹരീ? ഒന്നും കാണാനില്ലാത്ത ഒന്നും കേൾക്കാനില്ലാത്ത ഈ മണ്ണിലേക്ക് എന്തിനാ അവളെ കൊണ്ടുവരുന്നത്? ഒരു കുഞ്ഞിനെക്കുറിച്ച് നമ്മൾ എത്ര സ്വപ്നം കണ്ടു. എന്തൊക്കെ പറഞ്ഞു. നമ്മുടേതിനേക്കാൾ നല്ല ഒരു കുട്ടിക്കാലം അവൾക്ക് കൊടുക്കണം എന്ന് നമ്മൾ ആഗ്രഹിച്ചതല്ലേ?"

മീരയുടെ കണ്ണുകൾ പുഴപോലൊഴുകി. പലയിടത്തും വാക്കുകൾ ഹൃദയത്തിൽ തട്ടിനിന്നു. അവൾ ഭിത്തിയിലേക്ക് ചാരി താഴേക്ക് ഊർന്നിരുന്നു.

"അവൾക്ക് കൊടുക്കാൻ ഇവിടെ എന്താണുള്ളത്? അവിടെ അവൾക്ക് എല്ലാം കിട്ടും. കാണാൻ ഒരുപാട് പൂക്കൾ, കേൾക്കാൻ

കിളികളുടെ പാട്ട്, ഓടിനടക്കാൻ മുത്തങ്ങപ്പുല്ല് നിറഞ്ഞ മുറ്റം, സ്നേഹിക്കാൻ മുത്തശ്ശിയും മുത്തച്ഛനും അവളവിടെ ഏറ്റവും സന്തോഷത്തോടെ ജീവിക്കും, അതല്ലേ നമുക്ക് വേണ്ടത്, അല്ലേ ഹരീ?"

വിറയ്ക്കുന്ന വിരലുകൾ നീട്ടി അവൾ അവന്റെ പാദത്തിൽ തൊട്ടു. ഒരു അപേക്ഷപോലെ, ഒരു യാചനപോലെ.

മറുപടി പറയാനാകാതെ ഹരി മീരയെ നോക്കി. മാറോടുചേർത്ത് അവളെ പിടിച്ചെഴുന്നേല്പിക്കുമ്പോൾ ഒരു കനത്ത തേങ്ങൽ അവന്റെ നെഞ്ചിൽ പിടഞ്ഞുതീർന്നു.

"ഒന്നു കുളിച്ച് ഫ്രഷ് ആകൂ. വിഷമിക്കേണ്ട, എല്ലാം ശരിയാകും" ഹരി മീരയെ മുറിക്കുള്ളിലേക്ക് കൂട്ടിക്കൊണ്ടുപോയി.

മീര കുളിക്കാൻ കയറിയപ്പോൾ ഹരി മെല്ലെ തിരിച്ചുനടന്നു. കുളിച്ചു മാറാനുള്ള മീരയുടെ വസ്ത്രങ്ങൾക്കായി അവൾ കൊണ്ടുവന്ന ബാഗ് തുറന്ന ഹരി സ്തബ്ധനായി. ഇട്ടു മുഷിഞ്ഞ കുഞ്ഞിന്റെ ഒരു ഉടുപ്പും മീരയുടെ ഒരു ജോടി വസ്ത്രവും വാടിക്കരിഞ്ഞു തുടങ്ങിയ കുറെ പവിഴമല്ലിപ്പൂക്കളുമായിരുന്നു അതിലുണ്ടായിരുന്നത്.

കുളിച്ച് വസ്ത്രം മാറി വന്ന മീരയെ ഹരി നോക്കിനിന്നു. മാസങ്ങൾ മാത്രം പ്രായമുള്ള മകൾക്കുവേണ്ടി ആ മാറിൽ നുരയുന്ന സ്നേഹത്തിന്റെ പാൽമണം അവനറിഞ്ഞു. അവൻ കൊടുത്ത ചൂടു കാപ്പി വാങ്ങി മേശയിൽവച്ച് മീര തളർച്ചയോടെ അവന്റെ തോളിലേക്ക് ചാഞ്ഞിരുന്നു. അവളുടെ കണ്ണുകൾ മേശമേലിരുന്ന അക്വേറിയത്തിൽ ഉറച്ചു. ശ്വാസം മുട്ടുന്നതുപോലെ എപ്പോഴും വാ പിളർത്തി നടക്കുന്ന മൂന്ന് സ്വർണ്ണമീനുകൾ അതിൽ നീന്തിനടക്കുന്നുണ്ടായിരുന്നു.

"ഹരീ - ദേ നമ്മളും ഇതുപോലെ ശ്വാസം കിട്ടാതെ വലയും. നമ്മുടെ കുഞ്ഞ് ഈ മീനിനെപ്പോലെ ഈ മുറിയുടെ നാലുഭിത്തിക്കുള്ളിൽ നട്ടംതിരിയും. ഞാൻ ചെയ്തത് തെറ്റാണോ? നീ പറയൂ ഹരീ. നിന്നോളം എന്നെ മനസ്സിലാക്കിയവർ ആരുമില്ല."

പിറ്റേന്ന് രാജിക്കത്ത് മാനേജർക്ക് നല്കുമ്പോൾ ഹരി പുഞ്ചിരിച്ചു. അവിശ്വാസത്തോടെ അവനെ നോക്കിയ മാനേജരോട് ഇത് ഉറച്ച തീരുമാനമാണെന്ന് പറയുമ്പോൾ ഹരി, അന്നുവരെ അനുഭവിക്കാത്ത സ്വാതന്ത്ര്യം അനുഭവിച്ചു.

അന്ന് വൈകീട്ട് എയർപോർട്ടിൽ നില്ക്കുമ്പോൾ ഹരി മീരയുടെ വിരലുകൾ കോർത്തുപിടിച്ചു.

"നീ പൊയ്ക്കോളൂ മീരാ. മോളവിടെ നിന്നെ കാത്തിരിക്കുന്നുണ്ടാവും. ഒരു മാസത്തിനകം ഞാനുമെത്തും. നമ്മൾ സ്വപ്നം

കണ്ടതുപോലെ നമുക്ക് ജീവിക്കണം. മതിയാവോളം സ്നേഹിച്ച്... സ്നേഹിച്ച്..."

തലകുമ്പിട്ട് നടന്നുനീങ്ങിയ മീര വാതിൽ കടന്ന് മറയും മുമ്പ് തിരിഞ്ഞുനിന്നു. അപ്പോൾ ഹരി കണ്ടു - ആ ചുണ്ടുകളിൽ വീണ്ടും പുഞ്ചിരി പൂക്കുന്നു, കണ്ണുകൾ തിളങ്ങുന്നു. ഒരു ദീർഘനിശ്വാസ ത്തോടെ അവൾക്ക് നേരെ കൈവീശുമ്പോൾ ഹരി മെല്ലെപ്പറഞ്ഞു, "നമ്മൾ സ്വർണ്ണമീനുകളല്ല മീരാ. നമുക്ക് ഈ അക്വേറിയം വേണ്ട."

■

മാലാഖമാർ പാടാൻ മറന്നത്

ജനാലവിരികളെ ഇളക്കിമറിച്ചുകൊണ്ട് ഒരു തണുത്ത കാറ്റ് മുറിക്കുള്ളിലേക്ക് ഇരച്ചുകയറി. പുറത്തെ ഇരുട്ടിൽ മരങ്ങൾ ഉലയുന്ന ശബ്ദം കേൾക്കാം. സമയം പതിനൊന്നാകുന്നു. ഉച്ച കഴിഞ്ഞപ്പോൾ തുടങ്ങിയ മഴ ഇപ്പോഴും തകർത്തുപെയ്യുകയാണ്.

എഴുതിക്കഴിഞ്ഞ ഡയറി അടച്ചു, പിറ്റേന്ന് കോളേജിലേക്കുള്ള ബാഗും തയ്യാറാക്കി, പുസ്തകങ്ങൾ അടുക്കിവെച്ച്, മേശപ്പുറമൊതുക്കി സൈറ എഴുന്നേറ്റു. ജനൽപ്പാളികൾ അടച്ചു കൊളുത്തിട്ടപ്പോൾ കാറ്റിനൊപ്പം വഴിതെറ്റിവന്ന മഴത്തുള്ളിക്കുഞ്ഞുങ്ങൾ അവളുടെ ഉടുപ്പാകെ നനച്ചു. മുഖത്തും കൈയിലും വീണ വെള്ളത്തുള്ളികൾ തുടച്ചു മാറ്റി, ഉടുപ്പ് വലിച്ചു കുടഞ്ഞ് അവൾ കൊതുകുവലയുയർത്തി പതുപതുത്ത മെത്തയിലേക്കു ചാഞ്ഞു. പാവക്കുട്ടിയെയും ചേർത്തുപിടിച്ച് ഉറക്കത്തിലേക്കാഴ്ന്നു പോകുമ്പോൾ സൈറ മെല്ലെ പറഞ്ഞുതുടങ്ങി: "ഗുഡ്നൈറ്റ്! ഗുഡ്നൈറ്റ് മൈ ഡിയർ ഗാർഡിയൻ എയ്ഞ്ചൽസ്. താങ്ക്യൂ ഫോർ..."

പക്ഷേ മുഴുവൻ പറഞ്ഞു തീരും മുൻപേ അവൾ സ്വപ്നങ്ങളിലലിഞ്ഞു ചേർന്നുപോയിരുന്നു. അപ്പോൾ സൈറയുടെ മേശപ്പുറത്തിരുന്ന ടൈംപീസ് അവൾക്കേറ്റവും പ്രിയപ്പെട്ട സംഗീതം പൊഴിച്ച് തുടങ്ങി. പതിനൊന്നു മണി!

"സൈറാ... സൈറാ... കണ്ണ് തുറക്ക് സൈറ."

ആരോ വിളിക്കുകയാണ്. അവൾ കണ്ണുകൾ വലിച്ചു തുറന്നു. കട്ടിലിലും തന്റെ മേലും നിലാവ് പെയ്തിറങ്ങിയതുപോലെ. ഇന്നുവരെ കേട്ടിട്ടില്ലാത്ത ചില കിന്നാരങ്ങളുടെ ഈണങ്ങളും ഇമ്പമുള്ള നാദങ്ങളും സൈറ കേട്ടു.

പെട്ടെന്ന് തന്റെ മുന്നിൽ ഒരുകൊച്ചു രൂപത്തിനെ അവൾ കണ്ടു. അമ്പരന്നെഴുന്നേറ്റ സൈറ അതിനെ സൂക്ഷിച്ചു നോക്കി. അര അടിയോളം കഷ്ടിച്ച് നീളമുണ്ടായിരുന്ന അതിന് ഒരു സ്ത്രീയുടെ

രൂപമായിരുന്നു. കൊച്ചുകുട്ടികളുടേതുപോലെ നിഷ്കളങ്കമായ മുഖവും സ്വർണ്ണനിറമുള്ള മുടിയും വെളുവെളുത്ത കുട്ടിയുടുപ്പുകളും ചെരുപ്പുകളും അതിനുണ്ടായിരുന്നു. പുലരിമഞ്ഞ് കൊണ്ടുണ്ടാക്കിയതുപോലെയുള്ള കുഞ്ഞിച്ചിറകുകളായിരുന്നു സൈറയെ ഏറെ അത്ഭുതപ്പെടുത്തിയത്.

സൈറയുടെ മുഖത്തെ അമ്പരപ്പ് കണ്ട് ആ കുഞ്ഞുരൂപം പുഞ്ചിരിച്ചു, സങ്കടം നിഴലിച്ച ഒരു ചിരി.

"നിനക്കെന്നെ അറിയില്ലേ സൈറാ? എന്നോട് നീ എന്നും സംസാരിക്കാറുണ്ട്. പ്രാർത്ഥിക്കാറുണ്ട്. ഞാൻ മാലാഖയാണ്, നിന്റെ കാവൽമാലാഖ. നിന്റെ ഗാർഡിയൻ എയ്ഞ്ചൽ..."

സൈറയുടെ കണ്ണുകൾ കൂടുതൽ വിടർന്നു. സംഭവിക്കുന്നതെല്ലാം സത്യമാണോ എന്നവൾക്കു സംശയമായി. ഒരു ഉറപ്പിന് വേണ്ടി അവൾ ചുറ്റും നോക്കി. ഒടുവിൽ നോട്ടം ടൈംപീസിൽ എത്തി നിന്നു. സമയം പന്ത്രണ്ടു കഴിഞ്ഞിരിക്കുന്നു. താൻ ഉറങ്ങിയിട്ട് അത്ര സമയമേ ആയിട്ടുണ്ടാവൂ എന്നവൾ ഓർത്തു.

"അതേ സൈറ... ഞാൻ നിന്റെ കാവൽമാലാഖയാണ്. നീ ജനിച്ച നാൾ മുതൽ രാത്രിയും പകലും ഉണർന്നിരുന്നു, എല്ലാ അപകടങ്ങളിൽനിന്നും നിന്നെ സംരക്ഷിച്ച മാലാഖ. നീ ഓർക്കുന്നുണ്ടോ പണ്ട് അച്ഛന്റെ ഗ്രാമത്തിൽ പോയപ്പോൾ കുളക്കടവിൽ നീ തെന്നി വീണത്? അന്ന് മുങ്ങിപ്പോകാതെ നിന്നെ രക്ഷിച്ചത് ഞാനാണ്. അമ്മ വഴക്കുപറഞ്ഞാലും തീയിൽ കളിക്കുക നിനക്ക് ഏറ്റവും ഇഷ്ടമുള്ള കാര്യമായിരുന്നല്ലോ. എന്റെ സൈറാ, ആ കുഞ്ഞുവിരലുകൾ പൊള്ളാതിരിക്കുവാൻ അന്ന് ഞാൻ എത്ര കഷ്ടപ്പെട്ടിരിക്കുന്നു."

മാലാഖ വാത്സല്യത്തോടെ സൈറയെ നോക്കി പറഞ്ഞു; സൈറ ചിരിച്ചു.

മാലാഖ വീണ്ടും പറഞ്ഞു: "മിർജി എന്നാണെന്റെ പേര്. ഞങ്ങളുടെ നാട്ടിൽ മിർജി എന്നാൽ മിന്നൽക്കതിർ എന്നാണർത്ഥം. നിനക്കിഷ്ടമാണെങ്കിൽ മിർജിയെന്നു വിളിക്കാം, അല്ലെങ്കിൽ മാലാഖയെന്നുമാവാം."

അത്രയും പറഞ്ഞു മിർജി അവളുടെയടുത്തു കിടന്ന ആനക്കുട്ടിയുടെ ഛായയുള്ള പതുപതുത്ത വലിയ പാവയുടെ പുറത്തേക്കു പറന്നിരുന്നു. അപ്പോഴാണ് സൈറ മിർജിയെ ശരിക്കും ശ്രദ്ധിച്ചത്. അവളുടെ വിടർന്ന നീലക്കണ്ണുകളിൽ വലിയ ദുഃഖം പടർന്നിട്ടുള്ളതുപോലെ സൈറയ്ക്ക് തോന്നി. കാണാൻ അതിസുന്ദരിയാണെങ്കിലും മിർജി വളരെ ക്ഷീണിതയായിരുന്നു.

'മിർജി. നല്ല പേര്. ഞാൻ അങ്ങനെയേ വിളിക്കുന്നുള്ളൂ. മിർജിയെ ആരാണ് എന്റെ അടുത്തേക്ക് അയച്ചത്?"

ഒരു നിമിഷം സൈറയെ നോക്കിയിരുന്നു മിർജി പറഞ്ഞു: "നിങ്ങളുടെ ഭൂമിയല്ല ഞങ്ങളുടെ ലോകം. ഇവിടെനിന്നും ഏറെ അകലെ, ആയിരക്കണക്കിന് പ്രകാശവർഷങ്ങൾക്കപ്പുറമാണ് ഞങ്ങൾ വസിക്കുന്നത്. അവിടെ ഞങ്ങൾ പലതരക്കാരുണ്ട്. ജലദേവതകളും വനദേവതകളുമൊക്കെയായി അതിസുന്ദരമായ ഒരു ലോകം."

തലയിലിരുന്ന നക്ഷത്രത്തിളക്കമുള്ള കൊച്ചുകിരീടം അവളൂരി താഴെവെച്ചു. അതെടുത്തു കൈവിരലുകളിൽ മോതിരംപോലെ മാറി മാറി ഇട്ടുകൊണ്ട് സൈറ കുസൃതിയോടെ മിർജിയെ നോക്കി.

"ഞങ്ങൾ കാവൽ മാലാഖാമാരാണ്. ശാപം കിട്ടിയ ജന്മങ്ങൾ... ഭൂമിയിൽ ഒരു പെൺകുട്ടി ജനിച്ചാൽ ഞങ്ങളിൽ ഒരാൾക്ക് അശരീരി പോലെ നിർദ്ദേശം കിട്ടുകയായി. നിമിഷങ്ങൾകൊണ്ട് ഭൂമിയിലെത്തി ആ പെൺകുട്ടിയുടെ സംരക്ഷണം ഏറ്റെടുക്കുവാൻ. അനുസരിച്ചില്ലെങ്കിൽ മരണമാണ് ശിക്ഷ. അനുസരിച്ചാലും ഞങ്ങളെ കാത്തിരിക്കുന്നത് മരണംതന്നെ. എന്നാലും ഞങ്ങൾ വരും."

മിർജിയുടെ കണ്ണിൽനിന്നും പളുങ്കുമണികൾപോലെ കണ്ണുനീർ വീണു ചിതറി. അത് കണ്ടപ്പോൾ സൈറയുടെ നെഞ്ചിൽ ഒരു വലിയ ഭാരം അനുഭവപ്പെട്ടു. എങ്ങനെയാണ് മിർജിയെ സന്തോഷിപ്പിക്കുക എന്നറിയാതെ അവൾ വിഷമിച്ചു.

"നോക്കിക്കേ മിർജീ, എനിക്കിന്ന് പാട്ടിന് സമ്മാനം കിട്ടി." മേശപ്പുറത്തിരുന്ന ട്രോഫിയിലേക്ക് സൈറ വിരൽ ചൂണ്ടി.

"ഞാനുണ്ടായിരുന്നു അപ്പോഴൊക്കെ നിനക്കൊപ്പം. ഞങ്ങൾക്കൊരിക്കലും വിശ്രമമില്ലല്ലോ. പകൽ നിങ്ങളുടെ ചുറ്റും ഞങ്ങൾ പറന്നുകൊണ്ടിരിക്കും. രാത്രിയിൽ നല്ല പാട്ടുകൾ പാടിത്തന്നു സുന്ദരസ്വപ്നങ്ങളും തന്നുറക്കും."

മിർജി തനിക്കുവേണ്ടി കഷ്ടപ്പെടുന്നതൊന്നും അറിയാതിരുന്നതിനെക്കുറിച്ചോർത്ത് സൈറയ്ക്ക് വിഷമം തോന്നി. മനപ്പൂർവ്വം എന്തൊക്കെ പ്രശ്നങ്ങളിലാണ് താൻ ചെന്ന് വീണിട്ടുള്ളത്. അപ്പോഴൊക്കെ പിടയ്ക്കുന്ന കണ്ണുകളും നീറുന്ന മനസ്സും തളരുന്ന ചിറകുകളുമായി മിർജി തനിക്കു ചുറ്റും പറക്കുകയായിരുന്നോ! സൈറയ്ക്ക് സങ്കടം വന്നു.

"ഞാനിപ്പോൾ വളർന്നില്ലേ മിർജീ. പണ്ടത്തെ കുസൃതികളൊന്നുമില്ലല്ലോ. ഇപ്പോൾ നിനക്കു സുഖമല്ലേ. പിന്നെന്താ നിനക്കിത്ര ക്ഷീണം?"

"ശരിയാണ്, നീ ഏറെ വളർന്നു സൈറ. നിന്റെ ജീവിതത്തിന്റെ വേഗം കാണുമ്പോൾ എനിക്കിപ്പോൾ പേടിയാകുന്നു. നിന്നെ പലപ്പോഴും കാത്തുരക്ഷിക്കാൻ, പലരിൽനിന്നും മറച്ചുപിടിക്കാൻ

എനിക്കാവുന്നില്ല. മനുഷ്യരോടൊപ്പം ഓടിയെത്താൻ ദൈവങ്ങൾക്കും കഴിയാതെ വരുന്ന കാലമായിരിക്കുന്നു."

മിർജി ഒരു ദീർഘനിശ്വാസമുതിർത്തു. പറഞ്ഞാലും പറഞ്ഞാലും തീരാത്ത കാര്യങ്ങളിലൂടെ അവളുടെ മനസ്സ് ഒന്നോടിയെത്തി.

"സൈറാ, ഇനി ഞാൻ പറയുന്നത് നീ ശ്രദ്ധിച്ചു കേൾക്കണം. ഇപ്പോൾ ഞാനാകെ തളർന്നിരിക്കുന്നു. നിനക്കു തരാനായി എന്നിലൊന്നുമിനി ബാക്കിയില്ല. പറക്കാനാകാത്തപോലെ എന്റെ ചിറകുകൾ മരവിക്കുന്നു. ഇനിയും നിന്നോടൊപ്പം മുന്നോട്ടു ഞാനുണ്ടാവില്ല. ഒരു ജന്മം മുഴുവൻ നിന്നോടൊപ്പമുണ്ടാകേണ്ട ഞാൻ ഇവിടെ, ഈ പാതിവഴിയിൽ യാത്ര പറയുകയാണ്."

വേദനിച്ചിട്ടെന്നപോലെ മിർജി കൈവിരലുകൾ നിവർക്കുകയും മടക്കുകയും ചെയ്തിട്ട് സൈറയുടെ കൈ അടുത്തേക്ക് കൊണ്ടുവരാൻ ആംഗ്യം കാണിച്ചു. മിർജി അവളുടെ കൈയിലേക്ക് മെല്ലെ കയറിയിരുന്നു. തണുത്തിട്ടെന്നപോലെ അപ്പോൾ മിർജി വിറയ്ക്കുന്നുണ്ടായിരുന്നു.

സൈറയുടെ കൈത്തലത്തിലേക്ക് മിർജി കിടന്നു. അവൾ മിർജിയെ നെഞ്ചോട് ചേർത്തു. സൈറക്ക് മിർജിയെ പിരിയാൻ സങ്കടം തോന്നി. അവളറിയാതെ അവളുടെ കണ്ണുകൾ നിറഞ്ഞൊഴുകി.

"ഞാനാണ് ഇതിനെല്ലാം കാരണം. ഞാൻ കാരണമാണ് നിനക്കിങ്ങനെ വന്നത്. എന്നെ വിട്ടു പോകരുത് മിർജീ . നീ എന്റെ കാവൽ മാലാഖയല്ലേ. നീയില്ലാതെ ഞാൻ എങ്ങനെയാണ് ഒറ്റയ്ക്ക്?"

"വിഷമിക്കരുത് സൈറാ. നീ നല്ല കുട്ടിയാണ്. ഇനി നിന്നെ സൂക്ഷിക്കേണ്ടത് നീ തന്നെയാണ്. ജീവിതത്തിൽ നന്മയുള്ള തീരുമാനങ്ങളെടുക്കാൻ നിനക്കാവട്ടെ. ആരെയായാലും വിശ്വസിക്കും മുമ്പ് മനസ്സിലാക്കാൻ ശ്രമിക്കുക. ചതിയും വഞ്ചനയുമുള്ള മനസ്സുകളാണ് നിനക്കു ചുറ്റും. നിന്റെ ബുദ്ധിയെയും ചിന്തകളെയും മനസ്സിനേയും ചോദ്യം ചെയ്യുന്ന ഒന്നിലേക്കും പോകാതിരിക്കാൻ നീ ശ്രദ്ധിക്കണം സൈറ. എന്നിൽ ബാക്കിയുള്ള എല്ലാ നന്മകളും നിനക്ക് ഞാൻ നൽകുന്നു. ഈ രാത്രിയിൽ നിനക്കു നല്ല സ്വപ്നങ്ങൾ തന്ന് ഏറ്റവും നല്ല പാട്ടുകളും പാടി ഉറക്കണമെന്ന് ഞാനാഗ്രഹിച്ചിരുന്നു. പക്ഷേ സൈറാ, എല്ലാം ഞാൻ മറക്കുന്നു. ഒരു നല്ല പാട്ടുപോലും..."

മിർജിയെ നോക്കാനാവാതെ സൈറ മുഖം തിരിച്ചു.

"ആ ജനാല തുറന്ന് എന്നെ പുറത്തേക്കു വിടൂ സൈറാ. എനിക്ക് പോകാൻ നേരമായി."

“മിർജീ... പുറത്തു മഴ...” പറയാൻ വന്നത് മുഴുമിപ്പിക്കാനാവാതെ സൈറയിരുന്നു. പിന്നെ മിർജിയെയുംകൊണ്ട് ജനാലയുടെ അടുത്തേക്ക് നടന്നുചെന്ന് ജനൽക്കൊളുത്തുകളെടുത്തു. അവൾ ജനൽപ്പാളികൾ തുറന്നപ്പോഴേക്കും കിരീടവുമണിഞ്ഞുകൊണ്ട് മിർജി ആയാസപ്പെട്ട് പറന്നുയർന്നു.

സൈറയെ ഒന്ന് കൂടി നോക്കി, ഒന്ന് പുഞ്ചിരിച്ചെന്നു വരുത്തി, മിർജി മഴയിലേക്ക് പറന്നിറങ്ങുമ്പോൾ പ്രാർത്ഥനപോലെ ഒരു നേർത്ത സ്വരം സൈറ കേട്ടു.

“എന്റെ സൈറാ... നിനക്കു വേണ്ടിയാണ് എന്റെ ജീവൻ ഞാൻ നൽകുന്നത്. നന്മകൾ മാത്രം നിനക്കുണ്ടാവട്ടെ.”

പുറത്തെ ഇരുട്ടിലേക്ക് നോക്കി നിന്ന സൈറ ഒരു മിന്നൽക്കതിരിന്റെ വെളിച്ചത്തിൽ മുറ്റത്തുകൂടി ഇരച്ചൊഴുകുന്ന വെള്ളത്തിലേക്ക് മിർജി ചിറകുകളറ്റു വീഴുന്നത് കണ്ടു. അപ്പോഴും മിർജിയുടെ നോട്ടം തന്റെ മുഖത്തേക്കാണെന്നു കണ്ട സൈറ സങ്കടത്തോടെ ജനാല വലിച്ചടച്ചു കട്ടിലിലേക്കോടിക്കയറി.

പിറ്റേന്ന് നേരം വെളുത്തപ്പോഴേക്കും മഴ തോർന്നിരുന്നു. ടൈംപീസിന്റെ സംഗീതം കേട്ടാണ് സൈറ ഉണർന്നത്. പെട്ടെന്ന് അവൾക്കു രാത്രിയിലെ സംഭവങ്ങൾ ഓർമ്മ വന്നു. അവളെഴുന്നേറ്റു പുറത്തേക്കോടിച്ചെന്നു മിർജി വീണ മണ്ണിലേക്ക് നോക്കി.

അപ്പോൾ... ചിറകുകൾ പാതി മണ്ണിൽ പുതഞ്ഞ് ഒരു വലിയ തുമ്പി അവിടെ കിടക്കുന്നുണ്ടായിരുന്നു.

■

പച്ചക്കുതിരകൾ

ജനാലയിലൂടെ പറന്നുവന്ന് മേശപ്പുറത്തിരുന്ന പച്ചക്കുതിരയെ അവൾ സൂക്ഷിച്ചുനോക്കി. തുറിച്ചുനില്ക്കുന്ന കറുത്ത കണ്ണുകൾ, പച്ചനിറമുള്ള നേർത്ത് നീണ്ട ശരീരം, ചിത്രശലഭത്തിന്റേതുപോലെ എന്നാൽ അത്ര നീളമില്ലാത്ത രണ്ടു കൊമ്പുകൾ. കുറേ കൊച്ചു മുൻകാലുകളും പിന്നെ രണ്ടു വലിയ പിൻകാലുകളും.

വിരലുകൾ നീട്ടി അവളാ കണ്ണുകളിൽ തൊടാനാഞ്ഞു. പേടിപ്പിക്കുന്ന ആ കണ്ണുകൾ മുമ്പ് എവിടെയൊക്കെയോ കണ്ടിട്ടുള്ളതുപോലെ അവൾക്കു തോന്നി. പെട്ടെന്ന് അവളുടെ കാതിനരികിലൂടെ ഒരു മൂളലോടെ അതു മുറിക്കുള്ളിലേക്കു പാഞ്ഞുപോയി. അപ്പോൾ ജനാലപ്പടിയിൽ രണ്ടു പച്ചക്കുതിരകൾ കൂടി ഇരിക്കുന്നത് അവൾ കണ്ടു.

പച്ചക്കുതിരകൾക്ക് പ്രവേശനമില്ല എന്ന് ഒരു പേപ്പറിലെഴുതി ജനാലക്കമ്പിയിൽ അവൾ തൂക്കിയിട്ടു. ആശ്വാസത്തോടെ കസേരയിൽ തിരികെവന്നിരിക്കുമ്പോൾ, കുറച്ചു ദിവസമായി ഇവരുടെ ശല്യം വല്ലാതെ കൂടിയിട്ടുണ്ടെന്ന് അവളോർത്തു. കുറച്ചു ദിവസമായിട്ടല്ല, കൃത്യം മൂന്നു ദിവസമായിട്ട്, മൂന്ന് ദിവസം മുമ്പാണ് അവളുടെ അച്ഛൻ ആ ജനാലയ്ക്കരുകിൽ കിളിമരത്തിലേക്ക് പടർന്നു കിടന്നിരുന്ന മുല്ല വെട്ടിക്കളഞ്ഞത്, ജനാലയ്ക്കരുകിൽ നിൽക്കുന്ന മുല്ലയിൽക്കൂടി ഇഴജന്തുക്കളും പ്രാണികളും മുറിക്കുള്ളിലേക്കു കടക്കുമെന്ന അന്യായമായ ന്യായം പറഞ്ഞ് അങ്ങനെ ചെയ്തപ്പോൾ എത്ര പേരുടെ ജീവിതസ്വപ്നങ്ങളാണ് അച്ഛൻ തകർത്തതെന്ന് അവൾ സങ്കടപ്പെട്ടു.

കഴിഞ്ഞ ജൂണിലെ ഒരു പ്രഭാതം. അവധി ദിവസമായിരുന്നതുകൊണ്ട് ഇളവെയിലിലേക്കു ചിതറിവീഴുന്ന മഴത്തുള്ളികളെ നോക്കി ജനാലയ്ക്കരികിൽ ഇരിക്കുമ്പോഴാണ് അവരാദ്യമായി അവിടെയെത്തിയത്. രണ്ടു കൊച്ചുകുരുവികൾ. മുല്ലയുടെ വള്ളികൾതോറും അവർ പറന്നുകളിച്ചു. ക്ഷീണിച്ചപ്പോൾ ഒരേ ചില്ലയിൽ വന്നിരുന്ന്

കഥകൾ പറഞ്ഞു കിതപ്പടക്കി. ജനാലയ്ക്കരികിൽ, മേശപ്പുറത്തേക്ക് ചാഞ്ഞുകിടന്ന് അവളുമതു കേട്ടിരുന്നു.

അവളപ്പോൾ അവനെക്കുറിച്ചോർത്തു, സ്വപ്നം കാണാൻ മാത്ര മറിയാവുന്ന അവനെക്കുറിച്ച്. ജീവിതയാഥാർത്ഥ്യങ്ങൾക്ക് മുമ്പിൽ എവിടെയോവച്ച് പ്രണയകവിതകൾ ചൊല്ലി നടന്നു, മറഞ്ഞവനെ പ്പറ്റി.

കറുത്ത പുറവും ചിറകുകളുമായിരുന്നു ആ കുരുവികൾക്ക്. വെളുത്ത വയറും മഞ്ഞനിറമുള്ള കൊച്ചുചുണ്ടുകളും സൂചിപോലെ കനം കുറഞ്ഞ കാലുകളുമുണ്ടായിരുന്നു അവയ്ക്ക്. നേരിയ ചുവപ്പു രാശിയുള്ള കണ്ണുകളിൽ സന്തോഷം തിളങ്ങി. ഓരോ യാത്ര കഴിയു മ്പോഴും അമ്മയുടെ കണ്ണുകളിൽ ഇതുപോലെയുള്ള തിളക്കം അവൾ കണ്ടിട്ടുണ്ട്. അതിനുവേണ്ടി അവർ നിർബന്ധിച്ചിടത്തെല്ലാം പോയി. അവർക്ക് പ്രതീക്ഷയുണ്ട്, എന്നെങ്കിലുമൊരിക്കൽ രക്ഷ പ്പെടാമെന്ന്, എത്ര കഴുകിയാലും മായാത്ത കറയാണ് ഓരോ ദിവ സവും വന്നടിയുന്നത് എന്നറിഞ്ഞിട്ടും ഒരിക്കലും അവൾ പ്രതി ഷേധിച്ചില്ല.

ആ കുരുവികൾ കൂടുകൂട്ടാനായി അവിടംതന്നെ തിരഞ്ഞെടുത്ത പ്പോൾ അവൾ അവരുടെ നന്മയ്ക്കായി പ്രാർത്ഥിച്ചു. ഉണങ്ങിയ ഇലകളും നാരുകളും തൂവലുകളുമൊക്കെക്കൊണ്ട് അവർ അതി വേഗം കൂടിന്റെ പണിതുടങ്ങി. പുറത്തുപോകുമ്പോഴും തിരിച്ചുവരു മ്പോഴും അവളുടെ ചിന്തയിൽ അവർ മാത്രമായി. അങ്ങനെയിരിക്കെ നാലു കുരുവികൾകൂടി അവിടെ താമസത്തിനെത്തി. 'എല്ലാവർക്കും സ്വാഗതം' എന്നെഴുതിയ ഒരു പേപ്പർ അന്നവളാദ്യമായി ജനാല ക്കമ്പിയിൽ തൂക്കിയിട്ടു.

അടുക്കളയിൽനിന്ന് അമ്മ കാണാതെ അരിയും ഗോതമ്പ് മണി കളും കൊണ്ടുവന്ന് മുല്ലച്ചുവട്ടിലേക്കു വിതറി. കൃതജ്ഞതയുടെ ഒരു നോട്ടമെറിഞ്ഞ് അവരത് കൊത്തിപ്പെറുക്കുന്നത് സന്തോഷ ത്തോടെ അവൾ നോക്കിനിന്നു. അങ്ങനെ അവളുടെ ജനാല യ്ക്കടുത്ത് പുതിയൊരു ലോകം വിടർന്നു.

മഴയ്ക്കൊപ്പം ദിവസങ്ങളും പെയ്തൊഴിഞ്ഞുകൊണ്ടിരുന്നു. കുരു വികൾ കൂട്ടിൽനിന്നും അധികം പുറത്തിറങ്ങാതായി. ഏതോ പ്രാർ ത്ഥനപോലെ തപസ്സുപോലെ അവർ കൂട്ടിൽതന്നെയായിരുന്നു. ഇട യ്ക്ക് പുറത്തിറങ്ങിയാൽത്തന്നെ കൂടുതൽ ദൂരം പോകില്ല. താഴെ പടർന്നുകിടക്കുന്ന പുൽപ്പരപ്പിലേക്കിറങ്ങി, അവിടെ പറന്നുനടക്കുന്ന തുറിച്ച കണ്ണുകളുള്ള പച്ചക്കുതിരകളെയും പ്രാണികളെയും തിന്നു കൂട്ടിൽ മടങ്ങിയെത്തും. അങ്ങനെ അവർ പുൽനാമ്പുകൾക്കിടയി ലേക്ക് പറന്നിറങ്ങിയ ഒരു ദിവസം മേശപ്പുറത്തേക്ക് കയറിനിന്ന്

ഒരു കൂട്ടിനുള്ളിലേക്കവൾ ഒളിഞ്ഞുനോക്കി. അതിൽ പൊൻനിറത്തിലുള്ള രണ്ടു ചെറിയ മുട്ടകളുണ്ടായിരുന്നു.

അതു കണ്ടുനിൽക്കേ ജീവിതത്തിൽ വന്നുചേരാൻ പോകുന്ന സൗഭാഗ്യങ്ങളെക്കുറിച്ച് അമ്മ അച്ഛനോട് ഉത്സാഹത്തോടെ സംസാരിക്കുന്നത് അവൾ കേട്ടു. സിനിമാതിയേറ്ററിലെ വലിയ സ്ക്രീനുകളിലും ടെലിവിഷൻ സീരിയലുകളിലും ഒരിക്കൽ തന്റെ മുഖം നിറയുമെന്ന് അവർ വിശ്വസിക്കുന്നു. വലിയ വീടുകൾ, കാറുകൾ, വിലകൂടിയ വസ്ത്രങ്ങൾ, ആഭരണങ്ങൾ എല്ലാം ഒരു ദിവസം കൊണ്ടു കൈയിൽ വരുമെന്നും കരുതുന്നു. 'കൺഗ്രാജുലേഷൻസ്' എന്നെഴുതിയ ഒരു പുതിയ പേപ്പർ ജനാലയിൽ തൂക്കിയിട്ട് അവൾ കുരുവികളെ നോക്കി ചൂളമടിച്ചു.

കുറച്ചുദിവസം കഴിഞ്ഞു പതിവുപോലെ അമ്മയുമായി ഒരു യുദ്ധത്തിനുശേഷം മുറിയിലെത്തിയതായിരുന്നു അവൾ. അപ്പോൾ, മുല്ലപ്പൂക്കളുടെ നറുഗന്ധത്തിനൊപ്പം പുറത്തുനിന്നും ഒരു കുഞ്ഞിക്കരച്ചിലും മുറിയിലേക്ക് ചിതറിവീണു. പുതിയ പേപ്പർ അപ്പോൾത്തന്നെ അവൾ ജനാലയിൽ തൂക്കി, 'വെൽകം, ബേബി കുരുവീസ്'.

പെട്ടെന്ന് അവൾക്കൊരു മനംപുരട്ടൽ തോന്നി. നടുക്കത്തോടെ തന്റെ ഉള്ളിലെ കുഞ്ഞിക്കരച്ചിൽ തിരിച്ചറിയവേ പുറകിൽ ആരുടെയോ കാൽപ്പെരുമാറ്റം കേട്ടു. ജനാലയ്ക്കൽ തൂക്കിയ കുറിപ്പ് അമ്മ കണ്ടുപിടിച്ചു. അച്ഛനറിയാൻ അധികതാമസം വേണ്ടി വന്നില്ല. മുല്ലയ്ക്കു ചുറ്റും നടന്ന് ഒരു നിരീക്ഷണം നടത്തിയ അച്ഛൻ ഇനി ജനാല തുറന്നിടരുതെന്ന് ഉത്തരവിട്ടു. തുറന്നുകിടക്കുന്ന ജനാലയിലൂടെ, കിളികളെ പിടികൂടാനെത്തുന്ന ഇഴജന്തുക്കൾ മുറിയിൽ കയറും പോലും. മകളുടെ സുരക്ഷിതത്വത്തിൽ ഉത്കണ്ഠയുള്ള രണ്ടു പേർ. മുല്ല വെട്ടിക്കളയാം എന്ന അവരുടെ ക്രൂരത അവൾക്ക് മനസ്സിലായി. "ആ കുരുവികൾ..." എന്ന് ഉറക്കെ പിറുപിറുത്തുകൊണ്ട് അവൾ മുറിയിലേക്കു പോയി.

കുരുവിക്കുഞ്ഞുങ്ങൾ കൂടുകളിൽനിന്നും മെല്ലെ പുറത്തേക്കു നോക്കി കാഴ്ചകൾ കാണാൻ തുടങ്ങിയിരുന്നു. അവർ വളർന്നു പറന്നുപോയതിനുശേഷം മാത്രമേ മുല്ല വെട്ടിക്കളയൂ എന്ന് അവരവളെ സമാധാനിപ്പിച്ചു. ആ വാക്കുകളുടെ വിശ്വാസത്തിൽ നിന്നുകൊണ്ട് ജനാലകൾ തുറന്നിട്ട്, അവൾ മുറിയിലെ ഏകാന്തതയിൽ ചുറ്റിനടന്നു.

ഉള്ളിലുറങ്ങുന്ന കുഞ്ഞിക്കരച്ചിലിനെ എങ്ങനെ സ്നേഹിക്കാതിരിക്കും എന്നവൾ ചിന്തിച്ചു. ആരോടാണ് ഈ അസാധാരണ വാർത്ത പങ്കുവെയ്ക്കേണ്ടത് എന്നാലോചിച്ച അവൾക്ക് ഒരു പേരു മാത്രമായി ഓർമ വന്നില്ല.

ആ ചിന്തയുടെ സങ്കടം പേറി നിന്ന അവളെ, അച്ഛനും അമ്മയും കൂടി ഒരു കാറിലേക്ക് വലിച്ചിട്ടു കൊണ്ടുപോയി. ഒരു കൈയിൽ കത്തിയും മറുകൈയിൽ കത്രികയുമായി നിൽക്കുന്ന വയറുവീർത്ത ഒരു ലേഡി ഡോക്ടറുടെ രൂപത്തിലേക്ക് നോക്കി അവൾ കണ്ണുകൾ ഇറുക്കിയടച്ചു.

അപ്പോൾ അവളുടെ കാതുകൾക്കരികെ നിന്ന് ഒരു കുഞ്ഞുകരച്ചിൽ അകന്നകന്നു പോയി.

ആശുപത്രിയിൽനിന്നും പിറ്റേന്നുതന്നെ വീട്ടിലെത്തി. മുറിയിലെത്തിയപാടേ അവൾ ജനാലകൾ തുറന്നിട്ടു. പക്ഷേ, ആ കിളിമരവും അതിലേക്കു പടർന്നു പൂത്തുകിടന്നിരുന്ന മുല്ലയും അവിടെയുണ്ടായിരുന്നില്ല. മുറ്റത്തുനിന്നും അല്പം അകലെയായി അതു വെട്ടിയിട്ടിരിക്കുന്നു. അതിനു ചുറ്റും നിലവിളിച്ചു പറക്കുന്ന കുരുവികൾ.

അവൾ അവിടേക്കോടി. ആ കുരുവിക്കുഞ്ഞുങ്ങളിൽ ഒരെണ്ണമെങ്കിലും ജീവനോടെ അവശേഷിക്കുന്നുണ്ടോ എന്നറിയാൻ. പക്ഷേ, ഒന്നുമുണ്ടായിരുന്നില്ല. എല്ലാം കഴിഞ്ഞിരുന്നു. തൂവലുകൾ കിളർത്തു തുടങ്ങിയ ഒരു കൊച്ചുകുരുവിയുടെ ശരീരം രണ്ടു കാക്കകൾ കൊത്തിവലിക്കുന്നത് കണ്ണീരിന്റെ മറവിൽനിന്ന് അവൾ കണ്ടു. അടുത്തേക്കു ചെന്നപ്പോൾ അതും കൊത്തിയെടുത്ത് അവ ദൂരേയ്ക്കു പറന്നുപോയി.

മഴ കനത്തപ്പോഴും ആ കുരുവികൾ തേങ്ങിക്കരയുന്നുണ്ടായിരുന്നു. നഷ്ടപ്പെട്ട കുഞ്ഞുങ്ങളെയോർത്തുള്ള അവരുടെ കരച്ചിൽ അവളുടെയുള്ളിൽ പ്രതിധ്വനിച്ചുകൊണ്ടേയിരുന്നു.

രാത്രിയിൽ അച്ഛന്റെയും അമ്മയുടെയും നെഞ്ചിലേക്കു മൂർച്ചയുള്ള കത്തി കുത്തിയിറക്കിയപ്പോഴും ചോര ചീറ്റിയ ശബ്ദമോ വേദനയിൽ പിടഞ്ഞ ഞരക്കങ്ങളോ ഒന്നും അവളറിഞ്ഞില്ല. അപ്പോഴുമവൾ കേട്ടത് ഒരു കരച്ചിലാണ്, അകന്നകന്നുപോകുന്ന ഒരു കുഞ്ഞുകരച്ചിൽ.

* * *

ഇപ്പോൾ രണ്ടു ദിവസം കഴിഞ്ഞിരിക്കുന്നു. ആരും ഒന്നും അറിഞ്ഞിട്ടില്ല. അമ്മയുടെ മൊബൈൽ ഫോൺ മാത്രം ഇടയ്ക്കിടെ വാശിപിടിച്ചു കരയുന്നുണ്ട്. പക്ഷേ, അവളത് ശ്രദ്ധിച്ചില്ല. ഒന്നു മാത്രമേ അവൾ കണ്ടുള്ളൂ.

ഈ പച്ചക്കുതിരകൾ, തുറിച്ച കണ്ണുകളുള്ള ഈ പച്ചക്കുതിരകൾ!

■

സ്നേഹക്കാലം

"**അ**പ്പാ, എനിക്ക് കല്യാണം കഴിക്കണം."

അരഭിത്തിയിലിരുന്ന് മുറ്റത്തെ മീൻകുളത്തിലേക്ക് നോക്കി നിമ്മി പറഞ്ഞു. ചാരുകസേരയിൽ കിടന്ന് ഇളവെയിൽ കൊള്ളുകയായിരുന്ന അപ്പച്ചനും പത്രം വായിക്കുകയായിരുന്ന അമ്മയും ഞെട്ടിത്തിരിഞ്ഞ് അവളെ നോക്കി.

"നിനക്ക് പ്രായമായില്ല, ഉടനെയൊന്നും കല്യാണം ആലോചിക്കണ്ട എന്ന് ഇന്നലെയല്ല്യോടീ നീ എന്നോട് പറഞ്ഞേ. ഇത്ര പെട്ടെന്ന് പ്രായമായോടീ?" അപ്പച്ചൻ ചെറുചിരിയോടെ ചോദിച്ചു.

"ആയി... ആയി... പത്രത്തിൽ പരസ്യം കൊടുക്കണം. നല്ല രസ്യനൊരു പയ്യനെ നമുക്ക് തപ്പിയെടുക്കണം."

നിമ്മിയുടെ സംസാരം കേട്ട് അമ്മ കുഞ്ഞന്നാമ്മ മൂക്കത്ത് വിരൽ വെച്ചു.

"ഈ പെണ്ണ് ഇതെന്നാ വാർത്തമാനമാന്നേ ഈ പറയുന്നത്?"

"എന്നാൽ പിന്നെ കൊള്ളരുതാത്ത ഒരുത്തനെ കെട്ടാം. അപ്പോ അമ്മയ്ക്ക് സന്തോഷമാകുമോ?" നിമ്മി ചോദിച്ചു.

"പരസ്യം ഞാൻ റെഡിയാക്കാം. അപ്പനത് എത്രയും പെട്ടെന്ന് പത്രത്തിൽ കൊടുത്താൻ മതി കേട്ടോ."

"അത് അപ്പനേറ്റു. നീ പരസ്യമെഴുതിക്കൊണ്ടുവാ." കറിയാച്ചൻ അവളെ നോക്കി പറഞ്ഞു.

അരഭിത്തിയിൽനിന്നും ഊർന്നിറങ്ങി നിമ്മി മുറിയിലേക്കോടി. ഭർത്താവിനെ സൂക്ഷിച്ച് നോക്കിയശേഷം കുഞ്ഞന്നാമ്മ വീണ്ടും പത്രവായന തുടർന്നു. മുറ്റത്തേക്ക് ചാഞ്ഞുകിടക്കുന്ന മുത്തശ്ശൻ മാവിലേക്ക് ഒരു കൂട്ടം കരിയിലക്കുരുവികൾ പറന്നിറങ്ങി. അവരുടെ കലപില ശബ്ദം അസഹ്യമായപ്പോൾ കുഞ്ഞന്നാമ്മ കൈയാട്ടി അവയെ ഓടിക്കാൻ നോക്കി.

"അവരെ ഓടിക്കാതെടീ. നീ ഒന്നു ശ്രദ്ധിച്ചേ, അവര് ഈ പറന്നു വന്ന വീടുകളിലെയെല്ലാം വിശേഷങ്ങളാ പറയുന്നത്. അപ്പുറത്തെ രാമകൃഷ്ണന്റെ വീട്ടിൽ പുട്ടും കടലയുമാണെന്നാ അവര് പറഞ്ഞെ. നീ ഇവിടിരുന്നോ! കഴിക്കാൻ വരുമ്പോ രണ്ട് ഒണക്ക ചപ്പാത്തിയും കാരറ്റ് അരിഞ്ഞതും തന്നാൽ മതിയല്ലോ."

"സത്യത്തിൽ അപ്പനാണോ മോൾക്കാണോ വട്ട്?" പത്രം മടക്കി മടിയിലേക്കിട്ടുകൊണ്ട് കുഞ്ഞന്നാമ്മ ചോദിച്ചു.

"പരസ്യം റെഡി അപ്പാ." നിമ്മി ഒരു പേപ്പറും പേനയുമായി വന്നു.

"ആഹാ കൊള്ളാമല്ലോടീ പെണ്ണേ. അപ്പനൊന്നു വായിച്ചു നോക്കട്ടെ." കറിയാച്ചൻ നിമ്മിക്കു നേരെ കൈനീട്ടി.

പേപ്പറിലേക്ക് ഒന്നുകൂടി നോക്കിയശേഷം അപ്പന് കൊടുത്തിട്ട് നിമ്മി വീണ്ടും പഴയ സ്ഥലത്ത് പോയിരുന്നു. മീൻകുളത്തിൽ വിടർന്നു നില്ക്കുന്ന ആമ്പൽപ്പൂക്കൾക്ക് ചുറ്റുമായി രണ്ടു തുമ്പികൾ വഴക്കടിച്ച് പറന്നുകൊണ്ടിരുന്നു.

"ഇതല്ലേ അമ്മേ കള്ളുകുടിയൻ തുമ്പി?"

"ഉം..." അവിടേക്ക് നോക്കി കുഞ്ഞന്നാമ്മ മൂളി.

"അല്ലിയോ അമ്മേ ചോദിച്ചത് കേട്ടില്ലായോ?" അമ്മയുടെ കൈത്തണ്ടയിൽ ഞോണ്ടിക്കൊണ്ട് അവൾ വീണ്ടും ചോദിച്ചു.

"പെണ്ണേ, നീ എന്റെ കൈയിൽ നിന്ന് വാങ്ങും. മൂളിയത് നീ കേൾക്കാഞ്ഞിട്ടല്ലെന്ന് എനിക്കറിയാം."

"മൂളിയാൽ പോരാ, പറയണം." അവൾ കൊച്ചുകുട്ടിയെപ്പോലെ ചിണുങ്ങി.

"ഇതിനെ തന്നെയാണ് കള്ളുകുടിയൻ തുമ്പി എന്ന് വിളിക്കുന്നത്." കുഞ്ഞന്നാമ്മ പറഞ്ഞു.

"എന്നാത്തിനാ അമ്മേ അങ്ങനെ വിളിക്കുന്നേ? ഇവര് വല്യ കള്ളുകുടിയന്മാരാണോ? തെങ്ങിന്റെ മണ്ടേലിരിക്കുന്ന കള്ളുംകുടത്തീന്ന് കള്ള് കട്ട് കുടിക്കുവാരിക്കും ഇവന്മാര്." ആലോചനയോടെ നിമ്മി പറഞ്ഞു.

"നിങ്ങളെന്നാ പേപ്പറും കൈയിൽ പിടിച്ച് അന്തം വിട്ടിരിക്കുന്നത്?" കുഞ്ഞന്നാമ്മ കറിയാച്ചനോട് ചോദിച്ചു.

"ദേണ്ടെ, നീ തന്നെ വായിച്ചുനോക്ക് സൽപ്പുത്രി എഴുതിക്കൊണ്ടുവന്നിരിക്കുന്ന പരസ്യം."

കുഞ്ഞന്നാമ്മ അത് വാങ്ങി ഉറക്കെ വായിച്ചു.

ഇരുപത്തിയാറ് വയസ്സുള്ള ഉദ്യോഗസ്ഥയായ ക്രിസ്ത്യാനി പെൺകുട്ടി വിവാഹം കഴിക്കുവാനാഗ്രഹിക്കുന്നു. സ്നേഹിക്കുവാനും സന്തോഷിപ്പിക്കുവാനും അറിയാവുന്ന ആരോഗ്യമുള്ള ചെറുപ്പക്കാരുടെ മാതാപിതാക്കളിൽനിന്ന് ആലോചനകൾ ക്ഷണിക്കുന്നു.

"നിമ്മിമോളേ എന്നതാടീ ഇത്? ഇങ്ങനെ ഏതെങ്കിലും പരസ്യം നീ കണ്ടിട്ടുണ്ടോ? അതേ, ഇവളുടെ കുഞ്ഞുകളിക്കനുസരിച്ച് തുള്ളാതെ നിങ്ങൾ ഒരു പരസ്യമെഴുതിക്കൊടുക്ക്." കുഞ്ഞന്നാമ്മ മകളോടും ഭർത്താവിനോടുമായി പറഞ്ഞു.

"അത് വേണ്ട അമ്മേ. എനിക്കല്ലേ കല്യാണം. എനിക്ക് വേണ്ടത് ഇതിലുണ്ട്."

"കുടുംബത്തെക്കുറിച്ചോ സ്വത്തിനെക്കുറിച്ചോ ഉദ്യോഗത്തെക്കുറിച്ചോ ഒന്നുമെഴുതിയിട്ടില്ലല്ലോ മോളേ. നമ്മൾ നല്ല കുടുംബമാണ്. ഇഷ്ടംപോലെ സ്വത്തുണ്ട്, നിനക്കാണേൽ നല്ല ജോലിയുമുണ്ട്. അതിനെല്ലാം ചേരുന്ന പയ്യന്മാർ വേണ്ടേ വരാൻ. അതിന് ഇങ്ങനെയാണോ വേണ്ടത്? ഇങ്ങനെ ആരും ഒരു കല്യാണപ്പരസ്യം കൊടുക്കില്ല മോളേ. ഇതിന് ഒരു പതിനായിരം മറുപടികളെങ്കിലും വരും. നീ നോക്കിക്കോ." കുഞ്ഞന്നാമ്മ പറഞ്ഞുനിർത്തി.

നിമ്മി പൊട്ടിച്ചിരിച്ചുകൊണ്ട് അമ്മയുടെ കവിളത്ത് ഒരുമ്മ കൊടുത്തു.

"അവിടെ എന്റെ അമ്മക്കുട്ടിക്ക് തെറ്റി. മറ്റൊരാളെ സ്നേഹിക്കാനും സന്തോഷിപ്പിക്കാനും ആർക്കാ ഇന്ന് താല്പര്യം? അതിനൊക്കെ ആർക്ക് നേരമുണ്ട്? ആ പത്രത്തിൽ വരുന്ന പരസ്യങ്ങളിൽ ഏറ്റവും കുറവ് മറുപടി വരുന്നത് ഇതിനായിരിക്കും നോക്കിക്കോ."

അവൾ പറഞ്ഞതിനെ അനുകൂലിച്ച് കറിയാച്ചൻ തലയാട്ടി.

"അപ്പോ ജോലിയും കൂലിയും കുടുംബവുമൊന്നുമില്ലാത്ത ആരെങ്കിലും മതിയെന്നാണോ നീ പറയുന്നത്?" കുഞ്ഞന്നാമ്മയ്ക്ക് ദേഷ്യം വന്നു തുടങ്ങി.

"ഈ പറഞ്ഞതെല്ലാം നമുക്ക് ആവശ്യത്തിലേറെയുണ്ടല്ലോ. എനിക്കിനി വേണ്ടത് ഒരു കൂട്ടാണ്. ഇത്തരം കാര്യങ്ങളിൽ എന്നോട് മത്സരിക്കുന്ന ഒരാളെയല്ല, ഇതൊന്നും നോക്കാതെ എന്നെ സ്നേഹിക്കുന്ന ഒരാളെ."

"അവളുടെ ആഗ്രഹമല്ലേ കുഞ്ഞന്നാമ്മേ. നമുക്ക് കൊടുത്തു നോക്കാം. ജീവിതത്തിലെ ചില വലിയ പാഠങ്ങൾ കുട്ടികളാവും നമ്മെ പഠിപ്പിക്കുക."

അത്രയും പറഞ്ഞ് തോർത്തെടുത്ത് തോളിലിട്ടുകൊണ്ട് കറിയാച്ചൻ മുറ്റത്തേക്കിറങ്ങി.

"ഇന്നും ആറ്റിലാന്നോ കുളി? പറഞ്ഞിട്ടെന്നാ കാര്യം. ഓരോരുത്തരുടെ ശീലം. എന്തേലും മേലായ്ക വന്നാ നോക്കാൻ ആരും കാണുവേല കേട്ടോ." കുഞ്ഞന്നാമ്മ വിളിച്ചു പറഞ്ഞു.

"നീ പോയി ചപ്പാത്തി ഉണ്ടാക്കിക്കോ. കുളികഴിഞ്ഞ് ഞാനിപ്പോ എത്തും."

അപ്പന്റേം അമ്മേടേം സ്നേഹം കണ്ട് നിമ്മി പുഞ്ചിരിച്ചുകൊണ്ട് അകത്തേക്ക് നടന്നു.

* * *

ഞായറാഴ്ചത്തെ പത്രത്തിൽ പരസ്യം വന്നു. പക്ഷേ അന്ന് ആരും വിളിച്ചില്ല. കുഞ്ഞന്നാമ്മയ്ക്ക് വിഷമമായി. ഒരു കുഴപ്പവുമില്ലെന്ന് പറഞ്ഞ് കറിയാച്ചൻ അവരെ ആശ്വസിപ്പിച്ചു. ദിവസങ്ങൾ കടന്നുപോയി. ഒന്നും സംഭവിച്ചില്ല. അടുത്ത ഞായറാഴ്ച പള്ളിയിൽ പോയി മൂന്നുപേരും മടങ്ങിയെത്തിയ സമയം.

വീടിന്റെ മുകളിലത്തെ മുറിയുടെ ബാൽക്കണിയിൽ നിന്ന നിമ്മിയും കറിയാച്ചനുമാണ് ആരോ രണ്ടുപേർ ഗെയ്റ്റുകടന്നു വരുന്നത് കണ്ടത്. പ്രായമായ ഒരു അമ്മച്ചിയും ഒരു ചെറുപ്പക്കാരനുമായിരുന്നു വന്നത്. വെയിലത്ത് നടന്ന് തളർന്ന അമ്മച്ചിയെ ഒരു കൈകൊണ്ട് അവൻ ചേർത്തുപിടിച്ചിട്ടുണ്ടായിരുന്നു.

"ആരാ അപ്പാ, ബന്ധുക്കളാരെങ്കിലുമാണോ?"

നിമ്മിയുടെ ചോദ്യത്തിന് അല്ല എന്ന് തലയാട്ടി കറിയാച്ചൻ താഴേക്ക് പോയി.

അവർ പടിക്കൽ എത്തിയപ്പോഴേക്കും കറിയാച്ചൻ വാതിൽ തുറന്നു.

"കേറിയിരുന്നാട്ടെ, എവിടുന്നാ വരുന്നത്" എന്ന് ചോദിച്ച കറിയാച്ചനോട് മറുപടി പറഞ്ഞത് ആ ചെറുപ്പക്കാരനായിരുന്നു.

"അമ്മയ്ക്ക് കുടിക്കാനിത്തിരി വെള്ളം കിട്ടിയിരുന്നെങ്കിൽ..."

"രണ്ടു ഗ്ലാസ് വെള്ളമെടുക്ക് മോളേ" എന്ന് വാതില്ക്കൽ നിന്ന നിമ്മിയോട് കറിയാച്ചൻ പറഞ്ഞു.

പടികൾ കേറാൻ ബുദ്ധിമുട്ടുന്ന അമ്മയെ രണ്ടു കൈകൊണ്ടും താങ്ങിപ്പിടിച്ച് അയാൾ കസേരയിൽ കൊണ്ടിരുത്തുന്നത് സ്നേഹത്തോടെ നോക്കിനിന്നിട്ട് നിമ്മി അടുക്കളയിലേക്ക് പോയി.

വെള്ളവുമെടുത്ത് അമ്മയേയും കൂട്ടി തിരിച്ചെത്തിയപ്പോഴേക്ക് അപ്പൻ ചാരുകസേരയിലും അവർ രണ്ടും മറ്റു രണ്ടു കസേരകളിലുമായി ഇരുന്നിരുന്നു. നിമ്മി വരുന്നത് കണ്ട ഉടനെ അയാളെഴുന്നേറ്റ് ഒരു ഗ്ലാസ് വെള്ളമെടുത്ത് അമ്മയ്ക്ക് കൊടുത്തു. അവിടെക്കിടന്ന

പത്രം മടക്കിയെടുത്ത് അവർക്ക് വീശിക്കൊടുക്കാനും തുടങ്ങി മറ്റൊന്നും അവൻ ശ്രദ്ധിച്ചില്ല.

“എവിടെനിന്നാണെന്ന് പറഞ്ഞില്ലല്ലോ?” കറിയാച്ചൻ വീണ്ടും ചോദിച്ചു.

“അമ്മ സംസാരിക്കട്ടെ, മോൻ അവിടിരിക്ക്” എന്ന് പറഞ്ഞ് അവർ അവനെ വിലക്കിയതും അവൻ പിൻവാങ്ങി. മെല്ലെ നടന്ന് ചെന്ന് അരഭിത്തിയിലിരുന്ന് മീൻകുളത്തിലേക്ക് നോക്കിയിരുന്നു.

അവനെ നോക്കി അവർ കൈയിലിരുന്ന പത്രമെടുത്തു. കറിയാച്ചൻ നിമ്മിയേയും ഭാര്യയേയും മാറിമാറി നോക്കി. എല്ലാവർക്കും കാര്യം മനസ്സിലായി. കുഞ്ഞന്നാമ്മയുടെ മുഖത്ത് സങ്കടം ഇരമ്പിയെത്തുന്നത് കറിയാച്ചൻ കണ്ടു.

“മോൾക്കു വേണ്ടിയാണോ?” അവർ അവളെ നോക്കിക്കൊണ്ടു ചോദിച്ചു.

അതെയെന്ന് അവൾ പുഞ്ചിരിച്ചു.

“ഇവൻ ജോർജി. എന്റെ മകനാണ് ഇവനുവേണ്ടിയാണ് ഞാൻ വന്നത്. ഒരമ്മയ്ക്ക് പറയാൻ ഏറെ പ്രയാസമുള്ള കാര്യങ്ങളാണ് ഞാൻ പറയുന്നത്.”

ഇതിനിടയിൽ അവൻ മുറ്റത്തിറങ്ങി മീൻകുളത്തിനടുത്തേക്ക് നടന്നിരുന്നു. കുളത്തിന്റെ തണുപ്പിൽ ഒളിച്ചിരിക്കുന്ന മീനുകളെ പുറത്തുകൊണ്ടുവരാനുള്ള വിദ്യകളായിരുന്നു പിന്നീട് ചെയ്തത്.

“ഇവനെന്റെ നാലാമത്തെ മോനാണ്. ജന്മനാ ബുദ്ധിവളർച്ച കുറവുള്ള കുട്ടിയായിരുന്നു. നാലുവരെ മാത്രമേ പഠിച്ചിട്ടുള്ളൂ. പഠിക്കാനും പരീക്ഷയെഴുതാനും ആരോടും മത്സരിക്കാനുമൊന്നും അവനറിയില്ല: അന്നും ഇന്നും എന്നെ ചുറ്റിപ്പറ്റിയാണ് അവന്റെ ലോകം.”

മുറ്റത്തെ മാവിലിരുന്ന് കൂകുന്ന കുയിലിനെ അന്വേഷിച്ച് പോകുന്ന അവനെ നിമ്മി കൗതുകത്തോടെ നോക്കി. കണ്ണെത്തും ദൂരത്ത് അമ്മയുണ്ട് എന്ന് ഉറപ്പാക്കിയാണ് ഓരോ ചലനവും.

“മറ്റ് മൂന്നു മക്കളും ഉയർന്ന നിലയിലാണ്. അവർക്കാർക്കും ഇവനെ വേണ്ട. വലിയ അദ്ധ്വാനശീലനാണിവൻ. ധാരാളം പച്ചക്കറികളൊക്കെ വളർത്തുന്നുണ്ട്. എന്തിനും ഞാൻ കൂടെ വേണമെന്നു മാത്രം.”

അടുത്ത ഗ്ലാസിലെ വെള്ളം അല്പം കുടിച്ച് അവർ പറഞ്ഞു.

“നാട്ടിലെ വലിയ തറവാടായിരുന്നു ഞങ്ങളുടേത്. ഇപ്പോ എല്ലാം ക്ഷയിച്ചു. മക്കളാരും അധികം വരാറില്ല അവിടേക്ക്. എനിക്കും തീരെ വയ്യാതായിരിക്കുന്നു. ഇവനാണെന്റെ സമ്പത്തും സങ്കടവും.”

അവരവനെ നോക്കി. കണ്ണിൽ നിറഞ്ഞു നില്ക്കുന്ന നീരിൽ തിളങ്ങുന്ന അവന്റെ പ്രതിബിംബം നിമ്മി കണ്ടു.

"എന്റെ കുഞ്ഞിന് സ്നേഹിക്കാൻ മാത്രമേ അറിയൂ. എന്നെ സന്തോഷിപ്പിക്കാൻ അവനെന്തും ചെയ്യും. വീട്ടിലെ ജോലികളെല്ലാം അവനറിയാം. പാചകം ചെയ്യും, മുറ്റം വൃത്തിയാക്കും, തുണി നനച്ചു വിരിക്കും. പിന്നെ, ഭംഗിയായി ചിത്രം വരയ്ക്കും."

അവർ പറഞ്ഞു നിർത്തി.

നിമ്മി അവനെത്തന്നെ ശ്രദ്ധിച്ചു. അതിസുന്ദരനല്ലെങ്കിലും ആരോഗ്യമുള്ള ശരീരവും പ്രസന്നമായ മുഖവും. വിലകൂടിയതല്ലെങ്കിലും വൃത്തിയുള്ള മുണ്ടും ഷർട്ടും. പൂന്തോട്ടത്തിൽ വിടർന്നു നില്ക്കുന്ന പൂക്കളെ തഴുകിത്തഴുകി നടക്കുന്നു.

"ഞാൻ പോയാലും എന്റെ കുഞ്ഞിന് ആരെങ്കിലും വേണം. ആ അന്വേഷണമാണ് എന്നെ ഇവിടെ എത്തിച്ചത്. പക്ഷേ ഇതുപോലെ ഉയർന്ന ഒരു ചുറ്റുപാട് ഞാൻ പ്രതീക്ഷിച്ചില്ല. നിങ്ങളെന്തിനാണ് അങ്ങനെയൊരു പരസ്യം കൊടുത്തത് എന്ന് മനസ്സിലാകുന്നില്ല."

ആ അമ്മ മാറിമാറി അവരെ മൂന്നുപേരേയും നോക്കി.

"മോൾടെ ഇഷ്ടമാണ് അങ്ങനെ ഒരാൾ വേണമെന്ന്. തീരുമാനം അവളുടെയാണ്." കറിയാച്ചൻ പറഞ്ഞു.

അവർ എഴുന്നേറ്റ് അവളുടെയടുത്തേക്ക് ചെന്നു. സ്നേഹത്തോടെ അവളെ നോക്കിക്കൊണ്ട് പറഞ്ഞു: "മോൾ ആഗ്രഹിക്കുന്ന രണ്ടു കാര്യങ്ങൾക്കും ഇതിനേക്കാൾ നല്ല ഒരാളെ വേറെ കിട്ടില്ല. എന്നാൽ അവന് വളരെയധികം കുറവുകൾ ഉണ്ടുതാനും. നന്നായി ചിന്തിച്ചുമാത്രം തീരുമാനമെടുക്കണം. അപ്പനേയും അമ്മയേയും സങ്കടപ്പെടുത്തരുത്. ഇത്രയും നല്ല മനസ്സുള്ള നിനക്ക് നല്ലത് മാത്രമേ വരൂ."

നിമ്മിയുടെ മനസ്സിൽ സന്തോഷവും സങ്കടവും ഒന്നിച്ചു വന്നു. ഒരു തീരുമാനത്തിന്റെ ഒരറ്റത്ത് തന്റെ സന്തോഷവും മറ്റേ അറ്റത്ത് കുടുംബത്തിന്റെ അഭിമാനവുമാണ്. അപ്പനും അമ്മയും നൂറുചോദ്യങ്ങൾക്ക് മുന്നിൽ ഉത്തരം പറയേണ്ടി വരും.

മുതിർന്നവർ സംസാരം തുടർന്നപ്പോൾ നിമ്മി മെല്ലെ ജോർജിയുടെയടുത്തേക്ക് നടന്നു. മുറ്റത്തിന്റെ അരികത്ത് തുടങ്ങുന്ന പാടത്ത് നടക്കുന്ന താറാവിൻകൂട്ടങ്ങളെ നോക്കി നില്ക്കുകയായിരുന്നു അവൻ. അവളെ കണ്ടപ്പോൾ ചിരിക്കണോ വേണ്ടയോ എന്ന് സംശയിച്ച് അവൻ നോട്ടം തിരിച്ചു. ഒന്നും മിണ്ടാതെ അവരങ്ങനെ ഏറെ നേരം നിന്നു.

"ഞങ്ങളിറങ്ങുന്നു മോളേ. നിങ്ങൾ ആലോചിച്ച് പറയൂ."

* * *

"**നീ**യെന്താടീ പെണ്ണേ ഒന്നും പറയാത്തത്?" അത്താഴത്തിനിരുന്നപ്പോൾ കറിയാച്ചൻ ചോദിച്ചു.

"ഇനി എന്ത് സംസാരിക്കാൻ? കണ്ടുപിടിച്ച ആലോചന ഒന്നാന്തരമായിരിക്കുന്നു." കുഞ്ഞന്നാമ്മ ഒച്ചയെടുത്തു.

"അമ്മേ..." നിമ്മി ശാന്തയായി വിളിച്ചു.

"സത്യത്തിൽ അമ്മ അയാളിൽ കാണുന്ന കുറവെന്താണ്?"

"അയാളിൽ നീ കാണുന്ന ഗുണങ്ങൾ ആദ്യം പറയ്. അമ്മ കേൾക്കട്ടെ."

"അമ്മ കണ്ടോ അയാൾ അയാളുടെ അമ്മയെ കൊണ്ടുനടന്നത് എങ്ങനെയാണെന്ന്. എന്തൊരു സ്നേഹം. ഞാൻ അമ്മയെ പോലും അത്ര ശ്രദ്ധിക്കാറുണ്ടോ? അയാൾ മീനിനെയും കിളികളേയുമൊക്കെ ഇഷ്ടപ്പെടുന്നു. അതിന്റെയർത്ഥം അയാളുടെ മനസ്സ് നല്ലതാണെന്നും മറ്റു ജീവജാലങ്ങളോട് സ്നേഹമുള്ളവനാണെന്നുമാണ്. അയാൾ എന്നേയും സ്നേഹിക്കും. എനിക്കുറപ്പാണ്."

കുഞ്ഞന്നാമ്മ അവളെ നോക്കിയിരുന്നു.

"അപ്പോ നീയിത് തീരുമാനിക്കാൻ പോവ്വാണോ? നിങ്ങളെന്നാ ഒന്നും മിണ്ടാതിരിക്കുന്നത്?" കറിയാച്ചനോടായി അവർ ചോദിച്ചു.

"എനിക്കറിയില്ല. അവൾ പറയുന്നതിലും കാര്യമുണ്ടെന്ന് തോന്നുന്നു." ആരോടെന്നില്ലാതെ അയാൾ പറഞ്ഞു.

"എല്ലാവരേയും പോലെ ഞങ്ങളും ജീവിക്കും. ചെറിയ ഒരു വ്യത്യാസം മാത്രം. ഞങ്ങളുടെ വീട്ടിൽ ഞാനാവും ജോലിക്ക് പോകുക. ജോർജി വീട്ടിലുണ്ടാവും. രണ്ടുപേർക്കും അതാണ് ഇഷ്ടമെങ്കിൽ പിന്നെയെന്താണ് പ്രശ്നം? പക്ഷേ അമ്മ ഓർക്കേണ്ടത് അതല്ല. അമ്മയുടെ മകളുടെ വീട്ടിൽ സന്തോഷം മാത്രമാണ് ഉണ്ടാവുക. വഴക്കില്ല. മത്സരമില്ല."

"മതിയെടീ, ഈ പെണ്ണ് പറഞ്ഞുപറഞ്ഞ് എന്നെ കരയിക്കും."

നിറഞ്ഞുവന്ന കണ്ണുകൾ സാരിത്തുമ്പാൽ തുടച്ച് കുഞ്ഞന്നാമ്മ അടുക്കളയിലേക്ക് നടന്നു.

അമ്മയ്ക്ക് സമ്മതമാണെന്ന് മനസ്സിലായ നിമ്മി കറിയാച്ചനെ നോക്കി.

"നീ എന്റെ പൊങ്കൊച്ചല്ല്യോടീ. നിനക്ക് തെറ്റത്തില്ല" എന്നൊരു പുഞ്ചിരി അവൾ ആ മുഖത്ത് കണ്ടു.

■

വെയിൽപ്പാടുകൾ

ട്രെയിൻ സ്റ്റേഷൻ വിട്ടപ്പോഴേക്ക് മഴയ്ക്ക് ശക്തി കൂടി. പലയിടത്തു നിന്നായി ജനാലയുടെ ഷട്ടറുകൾ വലിച്ചിടുന്ന ശബ്ദം കേൾക്കാം. പുകക്കറ പിടിച്ച അടുക്കള ബൾബുകളുടെ വെളിച്ചംപോലെ മങ്ങിയ വെളിച്ചമുള്ള ലൈറ്റുകളാണ് കംപാർട്ട്മെന്റിൽ ഉണ്ടായിരുന്നത്. വനിതാകംപാർട്ട്മെന്റിൽ സാമാന്യം നല്ല തിരക്കുണ്ടായിരുന്നെങ്കിലും ആഭയ്ക്ക് സീറ്റ് കിട്ടി. മറ്റുള്ള കംപാർട്ട്മെന്റുകളേക്കാളേറെ സുരക്ഷിതത്വം ഇവിടെ ഉണ്ടെന്ന് ഒറ്റയ്ക്ക് യാത്ര ചെയ്യുന്ന സ്ത്രീകൾ കരുതുന്നുണ്ടാകണം, അങ്ങനെ അല്ലെങ്കിൽ പോലും.

ആഭ സീറ്റിലേക്ക് കാലുകൾ പൊക്കിവെച്ച് ഒരു പത്രപ്രവർത്തകയുടെ തുറന്ന കണ്ണുകളോടെയും കൂർമ്മബുദ്ധിയോടെയും തന്റെ സഹയാത്രികരെ നിരീക്ഷിച്ചു. ചിലർ മാസികകൾ വായിക്കുന്നു, കുറച്ചുപേർ സംസാരിക്കുന്നു, കുറേപ്പേർ ഫോണിൽ എന്തൊക്കെയോ ടൈപ്പ് ചെയുന്നു, ഇനി കുറച്ചു പേര് കണ്ണുകൾ തുറന്നുവെച്ച് ഉറങ്ങുന്നു. പണി നടക്കുന്ന വീടോ കുട്ടികളുടെ പഠിപ്പോ, ലോണടയ്ക്കേണ്ട തീയതിയോ വീട്ടിൽ ചെന്നാൽ ചെയ്യേണ്ട ജോലികളോ ഒക്കെയാവും അവരുടെ മനസ്സിൽ.

കൂട്ടത്തിൽ ഒരാൾ അവളുടെ ശ്രദ്ധയാകർഷിച്ചു. കരഞ്ഞതിനാലോ ഉറക്കം കിട്ടാഞ്ഞതിനാലോ കനം തൂങ്ങുന്ന കൺപോളകളുള്ള അതിസുന്ദരിയായ അവർക്ക് ദീർഘദൂര യാത്രയുടെ ക്ഷീണമുണ്ടായിരുന്നു. ഇറക്കം കുറഞ്ഞ മഞ്ഞ കുർത്തയും നീല ജീൻസുമാണ് വേഷം. ഏതോ പുതിയ സ്റ്റൈൽ പരീക്ഷിച്ച മുടിയിഴകൾക്കു കറുപ്പും ഇളംചുവപ്പും ഇടകലർന്ന നിറം. ഒരു മെട്രോ ജീവിതത്തിന്റെ തനി പകർപ്പ്. പക്ഷേ അവരുടെ രൂപവും ഭാവവും തമ്മിൽ പൊരുത്തപ്പെടുന്നില്ലല്ലോയെന്ന് ആഭയോർത്തു. അവൾ ഒന്നുറപ്പിച്ചു; തന്റെ ഈ യാത്രയിലെ ടാർഗറ്റ് ഇവർ തന്നെ.

അടുത്ത സ്റ്റേഷനിൽ വണ്ടിയെത്തിയപ്പോൾ അവൾക്കു ജനാലയ്ക്കരികിലുള്ള സീറ്റ് കിട്ടി. ഇപ്പോൾ അവരുടെ നേരെ എതിർവശത്തായാണ് അവളിരിക്കുന്നത്.

ഒരു ദീർഘനിശ്വാസമെടുത്തശേഷം അവൾ തന്റെ ആദ്യത്തെ ചോദ്യമെറിഞ്ഞു.

"ചേച്ചി എങ്ങോട്ടാ?"

അവർ ആ ചോദ്യം കേട്ടതായിപ്പോലും തോന്നിയില്ല. കംപാർട്ടുമെന്റിലെ ബഹളത്തിൽ ചിലപ്പോൾ അവർ കേൾക്കാഞ്ഞതാവും എന്നാശ്വസിച്ച് അവൾ ചോദ്യം ആവർത്തിച്ചു. പക്ഷേ പ്രതികരണമുണ്ടായില്ല എന്ന് മാത്രമല്ല, അവരുടെ തൊട്ടടുത്തിരുന്ന സ്ത്രീയുടെ ചുണ്ടത്ത് ഒരു പരിഹാസച്ചിരി മിന്നിമറഞ്ഞോ എന്നും ആഭ സംശയിച്ചു.

സ്റ്റേഷനുകൾ പിന്നിട്ടു വണ്ടി പാഞ്ഞുകൊണ്ടിരുന്നു. തനിക്കു സമയം കുറച്ചേയുള്ളുവെന്ന് അവളോർത്തു. അപ്പോഴാണ് അടുത്ത സ്റ്റേഷനിൽ ഇറങ്ങാനായി അവരുടെ അടുത്തിരുന്ന സ്ത്രീ എഴുന്നേറ്റത്. ഒട്ടും ചിന്തിക്കാതെ ആഭ അവിടെ ചെന്നിരുന്നു.

അപ്പോഴേക്ക് മഴ തോർന്നിരുന്നു. ആഭ കൈയെടുത്ത് അവരുടെ ജനാലഷട്ടർ ഉയർത്തി വെച്ചു. മുഖത്തേക്ക് തണുത്ത കാറ്റടിച്ചപ്പോൾ അവരൊന്ന് കണ്ണുചിമ്മി. ആഭ പുഞ്ചിരിച്ചുകൊണ്ട് തുടങ്ങി,

"ചേച്ചി എങ്ങോട്ടാ?"

"ട്രിവാൻഡ്രം."

ആഭ സന്തോഷത്തോടെ തല കുലുക്കി. അവർ മടിച്ചു മടിച്ചു ആഭയോട് ചോദിച്ചു,

"ഇത് ഏതു സ്റ്റേഷനാണ്?"

"എറണാകുളം."

"ങും..."

അവർ വീണ്ടും മൗനത്തിൽ പോയൊളിക്കുമോ എന്ന് ചിന്തിക്കവേയാണ് കാപ്പി...കാപ്പി... എന്ന നീളൻ വിളി അവൾ കേട്ടത്.

"രണ്ടു കാപ്പി തരൂ" എന്ന് പറഞ്ഞ് അവൾ ബാഗിൽനിന്ന് പണമെടുത്തു. ഒരു തികഞ്ഞ അഭ്യാസിയെപ്പോലെ ആ വലിയ കാപ്പിപ്പാത്രത്തിൽനിന്നും അയാൾ രണ്ടു കാപ്പി പകർന്ന് അവൾക്കു നൽകി.

അവൾ ചിരിയോടെ ഒരു ഗ്ലാസ് കാപ്പി അവർക്കു നീട്ടി. ഒന്നും പറയാതെ അവരതു വാങ്ങിയപ്പോൾ അവൾ വിസ്മയിച്ചു. അവരതു വേണ്ടെന്നു പറയുമെന്നും അപ്പോൾ നിർബന്ധിച്ചു അവരെക്കൊണ്ടത് വാങ്ങിപ്പിക്കണമെന്നും അവൾ കരുതിയിരുന്നു.

ആഭ മനസ്സിലെ നോട്ട്പാഡും പേനയും തയ്യാറാക്കി. ഒപ്പം, ചോദിക്കേണ്ട ചോദ്യങ്ങളുടെ മുനയും രാകി മിനുക്കി. മറ്റുള്ളവരുടെ

ജീവിതകഥകൾ എന്നും തനിക്ക് പ്രചോദനമാണ്. തന്റെ എഴുത്തിനെ അത് വളരെ സ്വാധീനിക്കുകയും ചെയ്യാറുണ്ട് എന്നവൾക്കറിയാം.

"എന്റെ പേര് ആഭ, ഫ്രീലാൻസ് ജേർണലിസ്റ്റാണ്. എന്താണ് ചേച്ചിയുടെ പേര്?" ബുദ്ധിപൂർവം അവൾ തുടങ്ങി.

തല അല്പം ചെരിച്ച് അവളെ നോക്കി അവർ മെല്ലെ പറഞ്ഞു, "മൈഥിലി. ഡോക്ടർ മൈഥിലി മേനോൻ."

അപ്പോൾ ഡോക്ടറാണ്. ആളെപ്പോലെത്തന്നെ നല്ല സ്റ്റൈലൻ പേരും. ആഭ മനസ്സിൽ പറഞ്ഞു.

"ട്രിവാൻഡ്രത്താണോ പ്രാക്റ്റീസ് ചെയ്യുന്നത്?"

അവർ മറുപടിയായി തലയാട്ടി. അത് അതെ എന്നാണോ അതോ അല്ല എന്നാണോ എന്ന് അവൾക്കു മനസ്സിലായില്ല. അവൾ സംശയത്തോടെ അവരുടെ മുഖത്തേക്ക് നോക്കി. പക്ഷേ ഒന്നും പറയാനുള്ള ഭാവം അവിടെ കണ്ടില്ല.

"ചേച്ചി ഇപ്പൊ വരുന്നത്..." വാക്കുകളുടെ ഒഴുക്ക് മുറിയാതിരിക്കാൻ അവൾ അടുത്ത ചൂണ്ടയിട്ടു.

"ബോംബെ. അവിടെയാണ് ഞാൻ പ്രാക്റ്റീസ് ചെയ്യുന്നത്. ഇപ്പോൾ വീട്ടിലേക്ക് പോകുന്നു."

താൻ ചോദ്യങ്ങൾ അവസാനിപ്പിക്കാൻ വേണ്ടിയാണോ അവർ അത്ര വിശദമായി പറഞ്ഞത് എന്ന് ആഭ സംശയിച്ചു.

"നാട്ടിലാരാണുള്ളത്? അച്ഛനും അമ്മയുമാണോ അതോ സഹോദരങ്ങളോ?" പിന്മാറാൻ തയ്യാറല്ലാത്ത അവൾ തുടർന്നു.

"എന്റെ... എന്റെ..." പറഞ്ഞു മുഴുമിപ്പിക്കാൻ ശ്രമിക്കുന്ന അവരുടെ കണ്ണുകളിൽ നീര് പടരുന്നത് അവൾ കണ്ടു.

ഉദ്വേഗം അടക്കാനാവാതെ അവൾ വീണ്ടും ചോദിച്ചു: "ആരാണ്?"

"എന്റെ മക്കൾ." അവർ വിതുമ്പിപ്പറഞ്ഞു.

"മക്കളോ! അതെന്താ അങ്ങനെ?"

ചോദിച്ചു കഴിഞ്ഞപ്പോഴാണ് തന്റെ ചോദ്യം അതിരു കടന്നോ എന്നവൾക്ക് തോന്നിയത്.

"അങ്ങനെയായിപ്പോയി. പത്തു വർഷത്തിനുശേഷമാണ് ഞാനിന്നെന്റെ മക്കളെ കാണാൻ പോകുന്നത്." സന്തോഷം കൊണ്ടവരുടെ വാക്കുകൾ ഹൃദയത്തിൽ ഉടക്കി നിന്നു.

"ഡോക്ടറുടെ ഹസ്ബൻഡ്?"

"ഡോക്ടാണ്. അവരൊന്നിച്ചാണ് ട്രിവാൻഡ്രത്ത്."

ആഭയ്ക്ക് ഒരെത്തുംപിടിയും കിട്ടിയില്ല. നിമിഷനേരംകൊണ്ട് ഡോക്ടർ മൈഥിലിയുടെ ജീവിതം പല സാധ്യതകളിലൂടെ അവൾ എഴുതി നോക്കി. ഒന്നും അവൾക്ക് തൃപ്തി നൽകിയില്ല. അവരോടു ചോദിക്കുകതന്നെയെന്ന് അവൾ തീർച്ചപ്പെടുത്തി.

“പിന്നെ ചേച്ചിയെങ്ങനെ ബോംബയിൽ?” അത് അവരുടെ സ്വകാര്യജീവിതത്തിലേക്കുള്ള തന്റെ ആദ്യപടിയാണെന്ന തിരിച്ചറിവോടെയാണ് ആഭ തുടങ്ങിയത്.

“നിനക്കതു കേൾക്കണോ? ആരോടും ഞാൻ ഒന്നും പങ്കു വെച്ചിട്ടില്ല. ഈ മടക്കയാത്രയിൽ നിന്നെ എനിക്ക് കൂട്ട് കിട്ടിയത് ഒരുപക്ഷേ എല്ലാം ഒന്നുകൂടി ഓർത്ത്, ചെയ്തുപോയ തെറ്റുകൾ ഏറ്റുപറഞ്ഞ് ഒരു തെളിഞ്ഞ മനസ്സുമായി എന്റെ മക്കളുടെയും അവരുടെ അച്ഛന്റെയും അടുത്തെത്താനാകും.”

അത്രയും പറഞ്ഞ് അവർ പുറത്തേക്കു കണ്ണയച്ചു. മനോഹരമായ തെങ്ങിൻതോപ്പുകളും കവുങ്ങിൻതോട്ടങ്ങളുമുള്ള വെയിൽ പടർന്നുകിടക്കുന്ന ഒരു പ്രദേശത്തുകൂടി ട്രെയിൻ അതിവേഗം പൊയ്ക്കൊണ്ടിരുന്നു. അവരുടെ ചിന്തകളുടെയും ഓർമ്മകളുടെയും ചൂട് പകർന്നതുപോലെ ഉഷ്ണക്കാറ്റ് ജനലിലൂടെ കമ്പാർട്ടുമെന്റിലേക്കു പാഞ്ഞുകയറി. മണിക്കൂറുകളുടെ വ്യത്യാസത്തിൽ, നനഞ്ഞു കുതിർന്നിരുന്ന തന്റെ ദിവസം വരണ്ടുണങ്ങുന്നത് ആഭയറിഞ്ഞു.

“മെഡിക്കൽ കോളേജിൽ പഠിക്കുമ്പോഴാണ് ഞാനും എന്റെ ഹസ്ബന്റും തമ്മിൽ ആദ്യം കാണുന്നത്. ദിവസങ്ങളുടെ ഇടവേളയിൽ പരിചയം പ്രണയമായി. പ്രണയം വിവാഹത്തിലെത്തിയപ്പോഴേക്കും ഞങ്ങൾ രണ്ടും രണ്ടു വ്യത്യസ്ത മേഖലകളിൽ ബിരുദാന്തരബിരുദങ്ങൾ നേടിയിരുന്നു. അതുവരെ പഠിത്തത്തിൽ വെച്ച് പുലർത്തിയിരുന്ന മത്സരം പിന്നീട് ഞങ്ങളറിയാതെ പ്രൊഫഷനിലേക്കും പടർന്നു. പ്രാക്ടീസ്, സമ്പാദ്യം, കൂട്ടുകാർ... എല്ലാത്തിനും ഞങ്ങൾ പരസ്പരം പറയാതെ മത്സരിച്ചു. ഇപ്പോൾ ഞാൻ എല്ലാം മനസ്സിലാക്കുന്നു കുട്ടീ... ആറ് വർഷത്തെ ദാമ്പത്യത്തിനിടയിൽ ഞങ്ങളുടെ സ്നേഹം എവിടെയോ ഞങ്ങൾക്ക് നഷ്ടപ്പെട്ടു. രാവും പകലും ഒളിഞ്ഞും തെളിഞ്ഞും ഞങ്ങൾ മത്സരിച്ചു. ഇതിനിടയിൽ രണ്ടു കുട്ടികൾ...”

ചോദ്യങ്ങളെല്ലാം മറന്ന് ആഭ അവരെത്തന്നെ നോക്കിയിരുന്നു. മൈഥിലി പറയുന്നതെല്ലാം അവൾ തന്റെ മനക്കണ്ണിൽ കണ്ടു.

ഒരു ദീർഘനിശ്വാസമെടുത്ത ശേഷം അവർ തുടർന്നു.

“അത്രയുമായപ്പോഴേക്കും ഞങ്ങൾ വാക്കുകൾകൊണ്ട് പരസ്പരം കുത്തിനോവിക്കാൻ തുടങ്ങിയിരുന്നു. കുട്ടികളെ നോക്കുന്ന

കാര്യത്തിൽ എന്റെ അശ്രദ്ധ അദ്ദേഹം ചൂണ്ടിക്കാട്ടിയപ്പോഴൊക്കെ അതെന്നെ വീട്ടിൽ കെട്ടിയിടാനുള്ള തന്ത്രമാണെന്നു ഞാൻ പറഞ്ഞു. ബോംബെയിൽ സ്ഥിരതാമസമാക്കിയ ഡോക്ടർ ദമ്പതികളായ എന്റെ മാതാപിതാക്കൾ എപ്പോഴും എന്റെ ഭാഗത്തു നിന്നു. എല്ലാത്തിലും വലുത് പ്രൊഫഷൻ ആണെന്ന അവരുടെ അഭിപ്രായം എന്റെ ജീവിതത്തിലേക്ക് വീണ്ടും പ്രശ്നങ്ങൾ മാത്രം കൊണ്ടു വന്നു. ഒടുവിൽ ഒരു ദിവസം ഞാൻ വീട് വിട്ടിറങ്ങി. എന്റെ മാറിൽ ചേർന്നിരുന്ന ഒരു വയസ്സുപോലും പ്രായമാകാത്ത മകനെ അവിടെ ഉപേക്ഷിച്ചായിരുന്നു എന്റെ യാത്ര. മക്കളെ കൂടെ കൊണ്ടു പോകാൻ ഞാൻ ശ്രമിച്ചു. പക്ഷേ അദ്ദേഹം സമ്മതിച്ചില്ല. പോകണമെങ്കിൽ ഒറ്റയ്ക്കാകാം എന്ന് പറഞ്ഞപ്പോൾ തോറ്റു പിന്മാറാൻ ഞാൻ തയ്യാറായില്ല. എന്റെ ആ തീരുമാനം മാറ്റാൻ ഒരു മൂന്നു വയസ്സുകാരിയുടെ കരച്ചിൽ മതിയായിരുന്നില്ല."

മൈഥിലി പറഞ്ഞു നിർത്തി. അവർ വല്ലാതെ കിതയ്ക്കുന്നുണ്ടായിരുന്നു. ചോദിക്കാതെതന്നെ ബാഗിലുണ്ടായിരുന്ന മിനറൽ വാട്ടർ ആഭ അവർക്കു നേരെ നീട്ടി. അവരത് ആർത്തിയോടെ വായിലേക്കൊഴിച്ചു. അവരുടെ ദാഹം മാറ്റാൻ ഒരു പുഴയിലെ വെള്ളം മുഴുവൻ വേണ്ടിവരും എന്നവൾക്കു തോന്നി.

"ഞാനന്നു നേരെ പോയത് ബോംബയിലേക്കായിരുന്നു. ഇന്നത്തെ മുംബൈയ്ക്ക്. അവിടെ, എന്റെ മാതാപിതാക്കൾ എന്നെ ആശ്വസിപ്പിച്ചു. ഒറ്റമകൾ തിരിച്ചുവന്നത് അവർ ശരിക്കും ആഘോഷിച്ചു. മുംബൈയിലെ ഏറ്റവും നല്ല ഹോസ്പിറ്റലിൽ ജോലി ചെയ്യാനുള്ള അവസരം അവർ എനിക്ക് ഒരുക്കിത്തന്നു. ജോലിനിൽ ശ്രദ്ധിക്കാനും കഴിഞ്ഞ കാര്യങ്ങളോർത്തു വിഷമിക്കാതിരിക്കാനും പറഞ്ഞുകൊണ്ടേയിരുന്നു. ഞാനും എന്റെ മനസ്സിനോടത് പറഞ്ഞു കൊടുത്തു. ആരോടൊക്കെയോ ഉള്ള പക മനസ്സിൽ കിടന്നു തിളച്ചു. ഏറ്റവും നല്ല ഡോക്ടർ ആയി പേരെടുക്കുവാനുള്ള ശ്രമമായിരുന്നു പിന്നീട്.

അവരൊന്നു നിർത്തി, കണ്ണുകൾ ഇറുക്കിയടച്ചു.

"എന്നിട്ട്?" മൈഥിലിയുടെ മെലിഞ്ഞ കൈവിരലുകളിൽ തൊട്ട് ആഭ ചോദിച്ചു.

അവരുടെ ഉള്ളിലെ സങ്കടവും സംഘർഷവും അവൾക്കു ഊഹിക്കാനായി. ചുവപ്പു പടർന്ന കണ്ണുകൾ വലിച്ചു തുറന്ന് അവർ അവളെ നോക്കി, വീണ്ടും പറഞ്ഞുതുടങ്ങി.

"ഞാനെല്ലാം നേടി. പണം, പ്രശസ്തി, സൗകര്യങ്ങൾ, ഉന്നതകുല ജാതരും ധനികരുമായ സുഹൃത്തുക്കൾ... എല്ലാം. എന്റെ ദിവസങ്ങൾ ഞാനറിയാതെ കൊഴിഞ്ഞുവീണുകൊണ്ടിരുന്നു. ഞാനാശിച്ചതെല്ലാം

എനിക്കുണ്ടായി. എന്റെ ബാങ്ക് അക്കൗണ്ടുകൾ നിറഞ്ഞു കവിഞ്ഞു. മികച്ച ഡോക്ടർക്കുള്ള ധാരാളം അവാർഡുകൾ ലഭിച്ചു. രോഗികൾ എന്നെത്തേടി കരയും കടലും കടന്നെത്തി. വൈകുന്നേരങ്ങളിൽ പാർട്ടികളും കൂട്ടുകാരും. എന്നെ നഷ്ടപ്പെടുന്നവരെക്കുറിച്ചോ എനിക്ക് നഷ്ടപ്പെടുന്നവരെക്കുറിച്ചോ ഞാൻ ഒരിക്കലും ഓർമ്മിച്ചില്ല, വിഷമിച്ചില്ല. തീർത്തും സംതൃപ്തയായി ഞാൻ പത്തു വർഷം ജീവിച്ചു."

"ഇപ്പോൾ പിന്നെ?" തന്റെ ചോദ്യത്തിന് കാഠിന്യം കൂടിയത് പോലെ ആഭയ്ക്കു തോന്നി.

അതിനു മറുപടിയായി മൈഥിലി പറഞ്ഞുതുടങ്ങി.

"കഴിഞ്ഞ മാസം നാട്ടിൽനിന്നും ഒരു കുടുംബം എന്നെത്തേടി വന്നു. ഒരു അച്ഛനും അമ്മയും രണ്ടു കൊച്ചുകുട്ടികളും. കുട്ടികൾ എന്റെ കൺസൽട്ടിങ് റൂമിൽ കളിച്ചുനടന്നപ്പോൾ അവരെന്നോട് സംസാരിച്ചു. മെഡിക്കൽ കോളേജിൽ എന്നെ പഠിപ്പിച്ച ഡോക്ടറുടെ കത്തുമായാണ് അവരെന്നെ കാണാനെത്തിയത്. ഡോക്ടർ വിചാരിച്ചാൽ എല്ലാം ഭേദമാവുമെന്നാണ് നാട്ടിലെ ഡോക്ടർസാർ പറഞ്ഞത്. ഞങ്ങൾക്കിനി പോകാനൊരിടമില്ല. ഡോക്ടർ ഞങ്ങളെ രക്ഷിക്കണം." അയാൾ മെല്ലെ പറഞ്ഞു.

ഞാൻ ആ അമ്മയെ നോക്കി. മുപ്പതിനടുത്തു പ്രായം, കണ്ണുകളിൽ ക്ഷീണമുണ്ടെങ്കിലും ഐശ്വര്യമുള്ള മുഖം. ഈ പറഞ്ഞതൊന്നും അവർ കേട്ടില്ലായെന്നു തോന്നി. ഓടിക്കളിക്കുന്ന കുട്ടികളെ ആർത്തിയോടെ നോക്കിയിരിക്കുകയായിരുന്നു അവർ, ആ കാഴ്ച മാഞ്ഞുപോകുമെന്ന മട്ടിൽ.

"നാട്ടിൽനിന്ന് എന്നെത്തി, എവിടെയാണ് താമസം?"

"രണ്ടു മൂന്നു ദിവസമായി എത്തിയിട്ട്. ഡോക്ടറെ കാണാൻ ഇന്നത്തേക്കാണ് അപ്പോയ്ന്റ്മെന്റ് കിട്ടിയിരുന്നത്. ഇവിടെ ഒരു സുഹൃത്തിനോടൊപ്പമാണിപ്പോൾ." മടിച്ചു മടിച്ച് അയാൾ പറഞ്ഞു.

"നാളെ നമുക്ക് ചില ടെസ്റ്റുകൾ കൂടി ചെയ്യണം. പ്രൊഫസർ എല്ലാം വിശദമായി എഴുതിയിട്ടുണ്ട്. ഇന്നുമുതൽ തിരിച്ചു പോകുന്നതുവരെ നിങ്ങൾക്ക് എന്റെ വീട്ടിൽ താമസിക്കാം." ഞാൻ അവരോടു പറഞ്ഞു.

അപ്പോൾ അങ്ങനെയാണ് എനിക്ക് പറയാൻ തോന്നിയത്. സത്യത്തിൽ അതിന്റെ ആവശ്യമുണ്ടായിരുന്നില്ല. ആരോ എന്നെക്കൊണ്ട് പറയിച്ചതുപോലെയായിരുന്നു ആ തീരുമാനം. അത് കേട്ടപ്പോൾ അയാൾ കൈവിരലുകൾ ഞെരിച്ചു നിലത്തേക്ക് മിഴികളൂന്നിയിരുന്നു. സാമ്പത്തികമായി ബുദ്ധിമുട്ടുന്ന ഒരു കുടുംബമാണ് അത്

എന്ന് പ്രൊഫസർ എഴുതിയിരുന്നതായിരിക്കാം എന്നെക്കൊണ്ട ങ്ങനെ പറയിച്ചത്. അപ്പോൾതന്നെ അറ്റൻഡറെ വിളിച്ച് അവരെ വീട്ടിലെത്തിക്കാൻ വേണ്ട ഏർപ്പാട് ചെയ്തു."

കണ്ണെടുക്കാതെ ആഭ മൈഥിലിയെത്തന്നെ നോക്കിക്കൊണ്ടി രുന്നു. അവർ പറയുന്നതിൽ ഒരു വാക്കുപോലും കേൾക്കാതെ പോകരുതെന്ന് അവൾ അത്രമേൽ ആഗ്രഹിച്ചു. ഓർമച്ചൂടിന്റെ പാര മൃതയിൽ മൈഥിലിയുടെ മേൽച്ചുണ്ടിനു മുകളിലും നെറ്റിത്തട ത്തിലും വിയർപ്പുതുള്ളികൾ കിനിഞ്ഞു നിന്നു.

"വൈകീട്ട് വീട്ടിലെത്തിയപ്പോൾ വാതിൽ തുറക്കും മുൻപേ കുഞ്ഞുങ്ങളുടെ ശബ്ദം കേട്ടു. വാതിൽ തുറന്ന ഞാൻ സ്തംഭിച്ചു നിന്നു പോയി. അടുക്കും ചിട്ടയുമായി കിടന്നിരുന്ന മുറികൾ മുഴു വൻ സാധനങ്ങൾ ചിതറിക്കിടക്കുന്നു. അത് അടുക്കിവെക്കാൻ ഓടി നടക്കുകയാണ് എന്റെ ജോലിക്കാരിയും ആ കുഞ്ഞുങ്ങളുടെ അച്ഛനും. എന്തോ ഓർത്തു, ചെറുമന്ദഹാസവുമായി ഒരു കസേര യിൽ അനങ്ങാതെയിരിക്കുകയാണ് അവരുടെ അമ്മ. ജോലി ക്കാരിയും അയാളും പേടിയോടെ എന്നെ നോക്കുന്നത് കണ്ടു. അറച്ചറച്ച് അയാൾ പറഞ്ഞു. "ഞങ്ങൾ പുറത്തു താമസിച്ചോളാം. ഇവിടെ ഇവരെക്കൊണ്ട് ബുദ്ധിമുട്ടാവും."

"സാരമില്ല, അവർ കളിച്ചോട്ടെ. അവരെ വിട്ടേക്കൂ" എന്ന് പറഞ്ഞു മുറിയിലേക്ക് നടക്കുമ്പോൾ എന്റെ ഹൃദയം ഉച്ചത്തിൽ കരയുന്നത് ഞാൻ കേട്ടു.

"പിറ്റേന്ന് ആ സ്ത്രീയെയുംകൊണ്ടാണ് ഞാൻ ഹോസ്പിറ്റലിൽ പോയത്. ടെസ്റ്റുകൾക്കെല്ലാം ഞാൻതന്നെ നേതൃത്വം കൊടുത്തു. ഒടുവിൽ കൺസൾട്ടിങ് റൂമിലെത്തി വാതിൽ കടന്നതും അവരെന്റെ കൈയിൽ പിടിച്ചു.

"എന്റെ കുഞ്ഞുങ്ങളെ രക്ഷിക്കണം ഡോക്ടർ. അവർക്കു ഞാന ല്ലാതെ ആരുമില്ല. ഞാനില്ലാതെ അവരെങ്ങനെ ജീവിക്കും? അവര് കരയുമ്പോൾ ആശ്വസിപ്പിക്കാൻ ഞാൻ വേണ്ടേ? അവരെ തനി ച്ചാക്കി എനിക്ക് പോകാൻ വയ്യ. ഈ വലിയ ലോകത്ത് അവർ ഒറ്റ യ്ക്കായിപ്പോകും."

പൊട്ടിക്കരഞ്ഞുകൊണ്ട് അവരെന്റെ കാൽക്കലേക്ക് ഊർന്നു വീണു.

"ഒന്നും പേടിക്കേണ്ട, ഒന്നും സംഭവിക്കില്ല" എന്ന് പറഞ്ഞ് അവരെ പിടിച്ചെഴുന്നേല്പിച്ച് വീട്ടിലേക്കു പറഞ്ഞയയ്ക്കുമ്പോൾ ഞാനാകെ തളർന്നു. കണ്ണുകളടച്ചു കസേരയിലേക്ക് ചാഞ്ഞപ്പോൾ എന്റെ ഉള്ളിൽ ഒറ്റക്കായിപ്പോയ ഒരു മൂന്നു വയസ്സുകാരിയുടെ കര ച്ചിൽ മുഴങ്ങിക്കേട്ടുകൊണ്ടിരുന്നു."

നിറഞ്ഞു വന്ന കണ്ണുകൾ തുടച്ച് ആഭ ചുറ്റും നോക്കി. ട്രെയിൻ പല സ്റ്റേഷനുകളിലായി ഇടയ്ക്കിടെ നിർത്തുകയും ഓടുകയും ചെയ്തുകൊണ്ടിരുന്നു. കംപാർട്ടുമെന്റിൽ ഒപ്പമുണ്ടായിരുന്ന പലരും പല സ്റ്റേഷനുകളിൽ ഇറങ്ങിപ്പോയിരുന്നു. അല്പം വെള്ളം കുടിച്ച് അവൾ വീണ്ടും മൈഥിലിയെ നോക്കി.

“രണ്ടു ദിവസം കഴിഞ്ഞപ്പോൾ അവരുടെ പരിശോധന റിസൾട്ടുകൾ വന്നു. ഒരു രോഗിയുടെ റിസൾട്ടുകൾ നോക്കുവാൻ ആദ്യമായി എന്റെ കൈകൾ വിറച്ചു. റിസൾട്ടുകൾ ഒട്ടും നല്ലതായിരുന്നില്ല. രക്ഷപ്പെടാനുള്ള സാധ്യതകൾ തീരെ കുറവാണെന്നു മനസ്സിലായി. അങ്ങനെ, കഴിഞ്ഞ ഒരു മാസം പിന്നീട് റെസ്റ്റുകളുടെയും ചികിത്സയുടെയും മരുന്നുകളുടേതുമായിരുന്നു. ‘എന്നെ രക്ഷിക്കണം’ എന്നൊരു അപേക്ഷ മാത്രമായിരുന്നു അവരുടെ കണ്ണുകളിൽ ഞാൻ കണ്ടിരുന്നത്. ദിവസം കഴിയുംതോറും ആ അമ്മയ്ക്ക് ക്ഷീണവും തളർച്ചയും കൂടി വന്നു. അമ്മ നിശ്ശബ്ദയായതോടെ കുട്ടികളുടെ കളിചിരികളും കുറഞ്ഞു. ഉപഗ്രഹങ്ങൾപോലെ അവർ അമ്മയുടെ കട്ടിലിനു ചുറ്റും കറങ്ങിക്കൊണ്ടിരുന്നു. ഒടുവിൽ അവരുടെ അമ്മയെ ഹോസ്പിറ്റലിലേക്ക് മാറ്റിയപ്പോൾ കുട്ടികളാകെ പ്രശ്നമുണ്ടാക്കി. ഞാനും ജോലിക്കാരിയും അവരുടെ അച്ഛനും എത്രയൊക്കെ ശ്രമിച്ചിട്ടും അവരെ സമാധാനിപ്പിക്കാനായില്ല. അമ്മയെ കാണാൻ അവർ വാശിപിടിച്ചു കരഞ്ഞുകൊണ്ടേയിരുന്നു. അമ്മയുടെ സ്നേഹവും കരുതലും കുട്ടികൾക്ക് കൊടുക്കുന്ന സുരക്ഷിതത്വവും താങ്ങും എത്രയാണെന്ന് ഞാൻ കണ്ടറിഞ്ഞു. ഞാൻ പടിയിറങ്ങിയപ്പോൾ എന്റെ കുഞ്ഞുങ്ങളും ഇതുപോലെ കരഞ്ഞിട്ടുണ്ടാവണമെന്നും വാശിപിടിച്ചിട്ടുണ്ടാവണമെന്നുമുള്ള അറിവ് എന്നെ പാടെ തളർത്തിക്കളഞ്ഞു.”

കാറ്റിൽ ഇളകിപ്പറക്കുന്ന മുടികൾ കൈവിരലുകൾകൊണ്ട് മൈഥിലി മാടിയൊതുക്കി. ആഭയുടെ കണ്ണിലേക്കു വേദനയോടെ നോക്കിക്കൊണ്ടു അവർ തുടർന്നു.

“അവരെ രക്ഷിക്കാൻ കഴിയുന്നതെല്ലാം ഞാൻ ചെയ്തു. ആ കുഞ്ഞുങ്ങൾക്ക് അവരുടെ അമ്മയെ തിരിച്ചുകൊടുക്കാനായിരുന്നു എന്റെ ശ്രമം. പക്ഷേ എന്റെ ശ്രമങ്ങളൊന്നും ഫലിച്ചില്ല. ആ ജീവൻ പിടിച്ചുനിർത്താൻ എനിക്കായില്ല. അവർ അവസാനമായി കണ്ണടയ്ക്കുമ്പോൾ അരികിൽ ഞങ്ങളെല്ലാം ഉണ്ടായിരുന്നു. അവരുടെ കട്ടിലിന്റെ ഓരത്തു ചേർന്നിരുന്ന മകളെയും ഭർത്താവിന്റെ കൈയിലിരുന്ന മകനേയും നോക്കിയിട്ട് അയാളുടെ വിരലുകളിൽ മുറുകെ പിടിച്ച് അവർ കണ്ണുകളടച്ചു. എല്ലാ സങ്കടങ്ങളും രണ്ടു തുള്ളി

കണ്ണീരായി അവരുടെ മിഴിക്കോണുകളിൽ തുളുമ്പി നില്ക്കുന്നത് ഞാൻ കണ്ടു. അമ്മയെ വിളിച്ചുണർത്താൻ നോക്കുന്ന മകളേയും മകനെ നെഞ്ചോട് ചേർത്ത് വാവിട്ടു കരയുന്ന ആ അച്ഛനെയും കണ്ടുനിൽക്കാനാകാതെ ഞാൻ ആ മുറിവിട്ടിറങ്ങി."

"എന്നിട്ട്?" നിറഞ്ഞൊഴുകിയ കണ്ണുകൾ തുടയ്ക്കാൻപോലും മെനക്കെടാതെ ആഭ ചോദിച്ചു.

"അവരെ നാട്ടിലെത്തിക്കാനുള്ള എല്ലാ സഹായവും ഞാൻ ചെയ്തുകൊടുത്തു. പോകും മുൻപ് അയാൾ എന്നെ കാണാൻ വന്നു. കരഞ്ഞുകലങ്ങിയ കണ്ണുകൾ തുടച്ച് അയാൾ എനിക്ക് നന്ദി പറഞ്ഞു. തിരിഞ്ഞു നടക്കുംനേരം അയാൾ പറഞ്ഞു, "പ്രൊഫസറുടെ കത്തുമായാണ് ഞങ്ങൾ വന്നതെങ്കിലും ഞങ്ങളോട് ഡോക്ടറെക്കുറിച്ച് പറഞ്ഞത് ഡോക്ടറുടെ ഹസ്ബന്റാണ്. നിങ്ങൾക്ക് ഞങ്ങളെ സഹായിക്കാനാകും എന്ന് അദ്ദേഹം ഉറപ്പു പറഞ്ഞിരുന്നു. കഴിയുമെങ്കിൽ ഡോക്ടർ അദ്ദേഹത്തെ വിളിക്കണം. നഷ്ടപ്പെടുന്ന ദിവസങ്ങൾ ഒരിക്കലും തിരിച്ചുകിട്ടില്ല ഡോക്ടർ." ഇത്രയും പറഞ്ഞു തല കുമ്പിട്ട് അയാൾ നടന്നുനീങ്ങി.

രാവേറെ ചെല്ലുവോളം ആ വാചകങ്ങൾ എന്നെ വല്ലാതെ നോവിച്ചു. ഒടുവിൽ മൊബൈലിൽനിന്നും ആ നമ്പർ ഡയൽ ചെയ്തപ്പോൾ എന്റെ ഹൃദയമിടിപ്പ് കൂടുന്നത് ഞാൻ അറിഞ്ഞു. റിങ്ങുകൾക്കൊടുവിൽ അദ്ദേഹത്തിന്റെ ശബ്ദം ഞാൻ കേട്ടു.

"മൈഥിലീ..."

"ഞാൻ... ഞാനാണെന്ന് എങ്ങനെ?"

"കഴിഞ്ഞ പത്തു വർഷമായി ഞങ്ങൾ കാത്തിരിക്കുന്നത് ഈ ഒരു വിളിക്കു വേണ്ടിയല്ലേ. എപ്പോഴാണ് വരുന്നത്? ദാ, ഞാൻ മോൾക്ക് കൊടുക്കാം."

"അമ്മേ..." കരച്ചിൽ തുളുമ്പുന്ന ആ ഒരു വിളിയിൽ എന്റെ നഷ്ടങ്ങളുടെയെല്ലാം ആഴം എനിക്ക് ബോധ്യപ്പെട്ടു.

"മോളേ... അമ്മ വരുന്നു. മോനെവിടെ?"

"അവനുറങ്ങുന്നു. അമ്മ എന്നാ വരുന്നത്?" അവളുടെ ശബ്ദത്തിന് ഒരു പതിമ്മൂന്നു വയസ്സുകാരിയുടേതിനേക്കാൾ പക്വതയും ആർദ്രതയും തോന്നി.

ഉടൻതന്നെ എന്ന് പറഞ്ഞു ഞാൻ ഫോൺ വെച്ചു. ആ കുഞ്ഞിന്റെ ഒരു ചോദ്യത്തിനും തക്കതായ ഉത്തരം എന്റെ കൈയിൽ ഇല്ല എനിക്ക് പൂർണ ബോധ്യമുണ്ടായിരുന്നു."

"ഫ്ളൈറ്റിനു പോകാമെന്ന് കരുതിയെങ്കിലും ട്രെയിനാണ് നല്ല തെന്ന് പിന്നീട് തോന്നി. ചെയ്ത തെറ്റുകൾ എല്ലാം ഓർത്തെടു ക്കാനും മനസ്സിലാക്കാനും കുറച്ചു സമയം എനിക്ക് വേണമായി രുന്നു. ഇന്നലെ വൈകിട്ടത്തെ ട്രെയിനിനുതന്നെ നാട്ടിലേക്ക് തിരിച്ചു. ഇന്ന് രാത്രി ഞാൻ എന്റെ മക്കളെ കാണും, നീണ്ട പത്തു വർഷത്തിനുശേഷം. അവരെ ഞാൻ കെട്ടിപ്പിടിക്കും, ഉമ്മ വെക്കും, അവരോടൊപ്പം ഉറങ്ങും. ഒന്നും ഒന്നിനും പകരമാവില്ല എങ്കിലും."

തന്റെ ഹൃദയം വിങ്ങിപ്പൊട്ടുന്നത് ആഭയറിഞ്ഞു. വാക്കുകൾക്ക പ്പുറമാണ് താനിപ്പോൾ അനുഭവിക്കുന്നതെല്ലാം. പരസ്പരം ഒന്നും മിണ്ടാതെ അവർ രണ്ടുപേരും പുറത്തേക്ക് നോക്കിയിരുന്നു.

ട്രെയിൻ തന്റെ സ്റ്റേഷനോടടുത്തപ്പോൾ ആഭ എഴുന്നേറ്റു. അവ രുടെ കൈകളിൽ മെല്ലെയൊന്നു തൊട്ടു കണ്ണുകളിലേക്ക് നോക്കി തുളുമ്പുന്ന ഹൃദയവുമായി അവൾ യാത്ര പറഞ്ഞു.

തിക്കിത്തിരക്കുന്ന ആളുകളെയെല്ലാം പിന്നിട്ടു പെട്ടെന്നുതന്നെ സ്റ്റേഷനിൽ നിന്ന് അവൾ പുറത്തിറങ്ങി. ഇരുട്ട് വീണു തുടങ്ങി യിരിക്കുന്നു. ഉമ്മറത്ത് വഴിക്കണ്ണുമായി തന്നെ കാത്തിരിക്കുന്ന അമ്മ യെക്കുറിച്ചോർത്ത് ആഭ വേഗത്തിൽ നടന്നു. അപ്പോഴേക്കും ആ ട്രെയിൻ സ്റ്റേഷൻ വിട്ടു കുതിച്ചുപാഞ്ഞുതുടങ്ങിയിരുന്നു.

■

പ്രിയയുടെ കണ്ണാടിച്ചിത്രങ്ങൾ

"എനിക്ക് പുതിയ കണ്ണാടി വേണം. ഇന്നുതന്നെ വേണം." താഴെ ചിതറിക്കിടക്കുന്ന കണ്ണാടിച്ചില്ലുകളിലേക്കു നോക്കി പ്രിയ വിതുമ്പി.

എന്താണ് തന്റെ കണ്ണാടികൾക്ക് സംഭവിക്കുന്നതെന്ന് എത്ര ചിന്തിച്ചിട്ടും പ്രിയയ്ക്ക് മനസ്സിലായില്ല. അവയിലെല്ലാം ചിത്രങ്ങളാണ്. മഴയും കണ്ണീരുമുള്ള ചിത്രങ്ങൾ.

ഈ കണ്ണാടിയുടെ പ്രശ്നം തുടങ്ങിയത് ഇന്ന് വെളുപ്പിനാണ്. ആരോ ഉറക്കെ നിലവിളിക്കുന്ന ശബ്ദമാണ് പ്രിയയെ ഉണർത്തിയത്. നല്ല ഇരുട്ടുണ്ടായിരുന്ന അവളുടെ മുറിയിലെ കണ്ണാടി അപ്പോൾ വെള്ളിപോലെ തിളങ്ങുന്നുണ്ടായിരുന്നു. പ്രിയ കട്ടിലിൽ നിന്നിറങ്ങി മെല്ലെ കണ്ണാടിക്കടുത്തേക്കു ചെന്നു. അവൾ സൂക്ഷിച്ചു നോക്കിനിൽക്കെ അതിൽ ചില ചിത്രങ്ങൾ തെളിയാൻ തുടങ്ങി.

അവളതിൽ ആദ്യം കണ്ടത് തെളിഞ്ഞ ആകാശമാണ്. പെട്ടെന്ന് ആ ചിത്രം മാറി നിറഞ്ഞൊഴുകുന്ന രണ്ടു കണ്ണുകൾ പ്രത്യക്ഷപ്പെട്ടു. അസഹ്യമായ വേദന അനുഭവിക്കുന്നപോലെ അവ ചുവന്നു കലങ്ങിയിരുന്നു. കുപ്പിവളയിട്ട കൈകൾ കണ്ണുകൾക്ക് മുകളിലൂടെ എന്തോ തടയാനെന്നപോലെ മിന്നിമായുന്നതു കാണാമായിരുന്നു. സംഭവിക്കുന്നതിനെക്കുറിച്ചുള്ള പേടിയും രക്ഷിക്കാനുള്ള അപേക്ഷയും ആ കണ്ണുകളിൽ അവൾ കണ്ടു. പ്രിയയ്ക്ക് കരച്ചിൽ വന്നു. കണ്ണാടിയിലെ ചിത്രത്തിലേക്ക് നോക്കാൻ ധൈര്യമില്ലാതെ ജനലഴികളിൽ പിടിച്ചു ദൂരേയ്ക്ക് നോക്കിക്കൊണ്ടവൾ തേങ്ങി.

കുറേനേരം അങ്ങനെ നിന്നിട്ടു പ്രിയ ശ്രദ്ധിച്ചു. കണ്ണാടിയിൽ നിന്നു ശബ്ദമൊന്നും കേൾക്കുന്നില്ല. ജനാലക്കമ്പികളിൽ വിരൽ കോർത്ത് പിന്നോട്ടാഞ്ഞ് അവൾ കണ്ണാടിയിലേക്കു നോക്കി.

കണ്ണാടിയിലൊരു പെൺകുട്ടിയുടെ ചിത്രമാണ് കാണുന്നത്. ഒരു കൊച്ചുപാറപ്പുറത്തു കാൽമുട്ടുകളിലേക്ക് മുഖംചേർത്തിരിക്കുകയാണവൾ. പലയിടത്തായി കീറിയ ചെറിയ ചുവന്ന പാവാടയും

വെളുപ്പിൽ ചുവന്ന പുള്ളികളുള്ള ബ്ലൗസുമാണ് വേഷം. അഴിഞ്ഞുലഞ്ഞ മുടി മുഖം മറച്ചുകൊണ്ട് ചിതറിക്കിടക്കുന്നു. കാൽമുട്ടുകൾ വട്ടം ചുറ്റിപിടിച്ചിരിക്കുന്ന കൈകളിലെ കുപ്പിവളകൾ ഏറെയും താഴെ പൊട്ടിക്കിടക്കുന്നു. ചുമലുകളുടെ താളത്തിലുള്ള ചലനത്തിൽ നിന്നും ആ കുട്ടി കരയുകയാണെന്നു പ്രിയയ്ക്ക് മനസ്സിലായി.

കണ്ണാടിച്ചിത്രത്തിലെ ആകാശത്തിന് മെല്ലെ ചുവപ്പുനിറം പടർന്നു. സമയം സന്ധ്യയാകുന്നു. അപ്പോഴും ആ പെൺകുട്ടി അവിടെത്തന്നെയിരിക്കുകയാണ്. ചുറ്റുമുള്ള മരങ്ങളാകെ കാറ്റത്ത് ഉലയുന്നുണ്ട്.

പതുക്കെപ്പതുക്കെ കണ്ണാടിയിൽ മറ്റൊരു ചിത്രമെത്തി. പാറയ്ക്കരികിലിരിക്കുന്ന മൂന്നു പുരുഷന്മാർ. മൂന്നുപേരുടെയും മുഖം പ്രിയയ്ക്ക് വ്യക്തമായില്ല. പെൺകുട്ടിയെ വിരൽ ചൂണ്ടി അവരെന്തൊക്കെയോ അട്ടഹസിക്കുന്നു. പ്രിയ അവരെ ശ്രദ്ധിച്ചു നോക്കി. അതിലൊരാൾക്കു തന്റെ അച്ഛന്റെയും മറ്റൊരാൾക്ക് ചേട്ടന്റെയും ഛായയുണ്ടെന്ന് അവൾക്കു തോന്നി. മൂന്നാമത്തെയാൾക്ക് അവളെ പെണ്ണുകാണാൻ വന്ന മനഃശാസ്ത്രജ്ഞനോടാണ് സാമ്യമുണ്ടായിരുന്നത്. അവൾക്ക് വെറുപ്പ് തോന്നി. അയാളുടെ നോട്ടവും സംസാരവുമൊന്നും അന്നേ അവൾക്കു തീരെ ഇഷ്ടപ്പെട്ടിരുന്നില്ല.

അന്നത്തെ സംഭാഷണത്തെക്കുറിച്ച് അവളോർത്തു.

കനം തൂങ്ങുന്ന കണ്ണുകളും റോസ് നിറമുള്ള വിരലുകളുമുള്ള അയാൾ കസേരക്കൈയിൽ തിരുമ്മിക്കൊണ്ട് ചോദിച്ചു.

"പ്രിയയ്ക്ക് എന്തിനോടാണ് ഏറ്റവുമിഷ്ടം?"

"കണ്ണാടിയോട്."

ഒരു നിമിഷംപോലും ചിന്തിക്കാതെയുള്ള അവളുടെ മറുപടി കേട്ട് അയാൾ അമ്പരന്നു.

"കണ്ണാടിയോടോ, അതെന്താ?"

അയാളുടെ സംശയം കേട്ടപ്പോൾ പ്രിയയ്ക്ക് ചിരിവന്നു.

"അതെന്താണെന്ന്, അതങ്ങനെയാ അത്രതന്നെ."

"എന്തിനാ കഴുത്തിൽ കുരിശ് തൂക്കിയിരിക്കുന്നത്?" ചുരിദാറിനകത്തേക്കു കിടന്ന കുരിശു കണ്ടെത്തിയ അയാളുടെ കണ്ണുകളോട് അവൾക്കു വെറുപ്പ് തോന്നി.

"വെറുതെ ഒരു രസത്തിന്."

അലസമായി ഒരു മറുപടി പറഞ്ഞിട്ട് തിരിഞ്ഞുനിന്ന് അവൾ മേശപ്പുറത്തു കിടന്ന മഞ്ചാടിക്കുരു തട്ടിക്കളിച്ചു.

"നമ്മളാരും കുരിശിടാറില്ലല്ലോ. രസത്തിനാണെങ്കിലും വേണ്ട. എനിക്കിതൊന്നും ഇഷ്ടമല്ല."

സംസാരിക്കുമ്പോൾ ഒരു വശത്തേക്ക് ചെരിഞ്ഞു പോകുന്ന അയാളുടെ മൂക്കിൽ ഒരു നുള്ളു കൊടുക്കാനാണ് പ്രിയയ്ക്കപ്പോൾ തോന്നിയത്. അവളുടെ അപ്രതീക്ഷിതമായ ആ പെരുമാറ്റത്തിൽ അയാൾ തരിച്ചിരുന്നപ്പോൾ തുള്ളിച്ചാടി അവൾ പുറത്തേക്കോടി.

പക്ഷേ പിന്നീട് കണ്ണാടിയിൽ ആ കുരിശു കണ്ടപ്പോഴൊക്കെ കൂടെ അയാളുടെ മുഖവും തെളിഞ്ഞു. അങ്ങനെയാണ് പ്രിയ ഒരു കണ്ണാടി എറിഞ്ഞുടച്ചത്.

അവൾ വീണ്ടും രാവിലെ കണ്ട ചിത്രത്തെക്കുറിച്ച് ഓർക്കാൻ തുടങ്ങി.

സന്ധ്യയ്ക്ക് പാറപ്പുറത്ത് ഒറ്റയ്ക്കിരുന്നു കരയുന്ന ആ പെൺകുട്ടിയെ ആശ്വസിപ്പിക്കാൻ പ്രിയയ്ക്ക് ആഗ്രഹമുണ്ടായി. കണ്ണാടിയുടെ മുകളിലൂടെ ഉള്ളിലുള്ള പെൺകുട്ടിയെ തൊടാൻ അവൾ ശ്രമിച്ചു. മെല്ലെ മെല്ലെ ആ പെൺകുട്ടി മുഖമുയർത്തി. കാൽമുട്ടുകൾക്കു മുകളിൽ അവളുടെ നെറ്റി കണ്ട പ്രിയ ഞെട്ടി. തന്റെ നെറ്റിയിലെ കറുത്ത പാട് അവൾക്കുമുണ്ട്. അവളുടെ ചോര പടർന്ന കണ്ണുകളും ചുവന്നുതിണർത്ത മുഖവും വിതുമ്പുന്ന ചുണ്ടുകളും കണ്ടപ്പോൾ പ്രിയ പേടിച്ചു. ആ പെൺകുട്ടി അവൾ തന്നെയായിരുന്നു.

ചിത്രത്തിൽനിന്ന് കണ്ണുകൾ മാറ്റണമെന്ന് പ്രിയയ്ക്കുണ്ടായിരുന്നെങ്കിലും അവൾക്കതിനു കഴിഞ്ഞില്ല. എവിടെയോ ദൃഷ്ടികൾ ഉറച്ചു പോയതുപോലെ. ഏറെനേരം ആ കണ്ണാടിപ്പെൺകുട്ടിയുടെ കണ്ണുനീർ കണ്ടു നില്ക്കാൻ പ്രിയയ്ക്കായില്ല. കണ്ണാടി വലിച്ചെടുത്തു നിലത്തേക്ക് അവൾ ആഞ്ഞെറിഞ്ഞു. മുറിയിലാകെ കണ്ണാടിച്ചീളുകൾ ചിതറിത്തെറിച്ചു. കട്ടിലിൽ കയറിനിന്നുകൊണ്ട് അവൾ ഓരോ കണ്ണാടിമുറിയിലേക്കും നോക്കി. എല്ലാത്തിലും മുകളിൽ ഫാൻ മാത്രം.

"ഇന്നുതന്നെ എനിക്ക് പുതിയ കണ്ണാടി വേണം." പ്രിയ ഉറക്കെപ്പറഞ്ഞു.

പിന്നിൽ കാൽപ്പെരുമാറ്റം കേട്ട് അവൾ തിരിഞ്ഞു. അമ്മയുടെ കത്തുന്ന നോട്ടം അവൾ കണ്ടു. അവൾക്കു നല്ല തമാശ തോന്നി. ഒന്ന് കൂടി അമർത്തിപ്പറഞ്ഞു, "ഇന്നുതന്നെ വേണം."

ഹോസ്റ്റലിലെ കുട്ടികളുടെയെല്ലാം കണ്ണാടി പൊട്ടിക്കുന്നതിനു തന്നെ പുറത്താക്കിയപ്പോഴും അമ്മയുടെ നോട്ടം ഇതുപോലെ തന്നെയായിരുന്നുവെന്നു അവളോർത്തു. കണ്ണാടിപ്രശ്നങ്ങൾ

കാരണം പലവട്ടം തല്ലും കൊണ്ടിട്ടുണ്ട്. പൂജാമുറിയിലെ വിഗ്രഹത്തിന്റെ കിരീടത്തിൽനിന്നും കണ്ണാടിച്ചില്ലുകൾ കുത്തിയെടുത്തതിനും അച്ഛൻ വാങ്ങിക്കൊണ്ടുവന്ന ഉടുപ്പിലെ ചില്ലുകഷണങ്ങൾ ഇളക്കിയെടുത്തതിനുമൊക്കെ. അച്ഛൻ ഒരിക്കലും തല്ലിയിട്ടേയില്ല. അമ്മയേക്കാൾ തന്നോടിഷ്ടം അച്ഛനാണ്. പക്ഷേ എന്നിട്ടും അച്ഛനിന്നലെ... ഇനിയെങ്ങനെ അച്ഛനെ സ്നേഹിക്കും! ചേട്ടനോട് കൂട്ടുകൂടും? വെറുപ്പിനിടയിലും ഇഷ്ടപ്പെട്ടുപോയ ആ മനഃശാസ്ത്രജ്ഞനെ കല്യാണം കഴിക്കും! പ്രിയയ്ക്ക് സങ്കടം സഹിച്ചില്ല. അവൾ ഉറക്കെ കരയാൻ തുടങ്ങി. ഒറ്റപ്പെടലിന്റെ വേദനയെക്കുറിച്ച് ചിന്തിച്ചു കരഞ്ഞുകൊണ്ടിരുന്നപ്പോഴും ദൂരെ ഒരു ഇലത്തുമ്പിൽ വെയിൽ തട്ടി കണ്ണാടിപോലെ തിളങ്ങുന്ന മഴത്തുള്ളി കണ്ടപ്പോൾ പ്രിയയ്ക്ക് ചിരിവന്നു.

കഴിഞ്ഞയാഴ്ച ഒരു കണ്ണാടി പൊട്ടിക്കാൻ കാരണമായത് മഴത്തുള്ളികളിൽനിന്ന് തുടങ്ങിയ ഒരു ചിത്രമായിരുന്നു. കാർമേഘങ്ങൾ മൂടിക്കിടക്കുന്ന ആകാശമാണ് ആദ്യം തെളിഞ്ഞത്. ഇലത്തുമ്പിൽ നിന്നിറ്റുവീഴുന്ന വെള്ളത്തുള്ളികളും ഒരു പള്ളിമേടയുടെ ഇറയത്തേക്ക് പതിക്കുന്ന മഴവെള്ളവുമാണ് പ്രിയ പിന്നെ കണ്ടത്. പള്ളിയോട് ചേർന്നുള്ള അനാഥാലയത്തിന്റെ പേരെഴുതിയ ബോർഡും കുട്ടികളുടെ ശബ്ദം ഉയർന്നു കേൾക്കുന്ന ഒരു പഴയ കെട്ടിടവും അതിനുശേഷം കണ്ണാടിയിലെത്തി.

തകർത്തുപെയ്യുന്ന കർക്കടകമഴയിൽ വളരെ താഴെ നിന്നുള്ള പള്ളിയുടെ കൽപ്പടവുകൾ ഏറെ പ്രയാസപ്പെട്ടു കയറിവരുന്ന ഒരു രൂപം കണ്ണാടിയിൽ പ്രത്യക്ഷപ്പെട്ടു. വലിയ കറുത്ത ഒരു കുട മാത്രമാണ് ആദ്യം കണ്ടത്. പിന്നെയാണ് ശരീരത്തിന്റെ കാൽഭാഗത്തിലേറെ കുടകൊണ്ടു മറച്ച ഒരു കന്യാസ്ത്രീയാണ് ആ പടവുകൾ കയറിവരുന്നതെന്നു പ്രിയയ്ക്ക് വ്യക്തമായത്.

അവർ കാണാതിരിക്കാൻ പ്രിയ ഒരു തൂണിനു പിന്നിൽ മറഞ്ഞു നിന്നു. മഴയിൽ നിന്നു പള്ളിയുടെ വലതുവശത്തുള്ള ഇടനാഴിയിലേക്ക് കയറിയ അവർ തന്റെ കുട മാറ്റി. അപ്പോൾ കണ്ട കാഴ്ച പ്രിയയെ അത്ഭുതപ്പെടുത്തി. അവരുടെ കൈക്കുള്ളിൽ ചോരനിറമുള്ള ഒരു കുഞ്ഞു സുഖമായുറങ്ങുന്നു.

അവരോടു സംസാരിക്കാമെന്നു കരുതി മുന്നോട്ടാഞ്ഞ പ്രിയയെ അവരുടെ ചലനങ്ങളിലെ ധൃതിയും കണ്ണുകളിലെ പേടിയും പിന്നോട്ട് വലിച്ചു. അവൾ വീണ്ടും തൂണിന്റെ മറവിൽതന്നെ നിന്നു.

കൈയിലിരുന്ന കുട ഒരു വശത്തേക്ക് വെച്ച്, തന്നെ ആരും കാണുന്നില്ലെന്ന് ഉറപ്പുവരുത്തിയശേഷം ഇടനാഴിയിൽ കൂടി കുഞ്ഞിനേയും നെഞ്ചോട് ചേർത്തുപിടിച്ചു ശബ്ദമുണ്ടാക്കാതെ അനാഥാലയത്തിനു

നേരെ അവർ നടന്നു. കുഞ്ഞിനെ ഒരു നിമിഷം കണ്ണിമയ്ക്കാതെ നോക്കി, അനാഥാലയത്തിന്റെ പടിവാതിലിൽ കിടത്തി അതിവേഗം തിരിഞ്ഞുനടന്നു. കുടയുമെടുത്തു മഴയിലേക്കിറങ്ങിപ്പോയ അവരുടെ കണ്ണുകൾ മഴമേഘത്തേക്കാൾ ശക്തമായി പെയ്യുകയായിരുന്നു.

താൻ കണ്ട കണ്ണാടിച്ചിത്രത്തിന്റെ കാര്യം പ്രിയ രാവിലെ അച്ഛനോട് പറഞ്ഞു. കന്യാസ്ത്രീ ഉപേക്ഷിച്ച കുട്ടി അവരുടെ സ്വന്തം കുട്ടിയാണെന്ന് പ്രിയ പറഞ്ഞപ്പോൾ അച്ഛൻ പൊട്ടിച്ചിരിച്ചു. പക്ഷേ അവരുടെ ചുണ്ടുകളിലെ സ്നേഹവും കണ്ണുകളിലെ നിസ്സഹായതയും കണ്ട അവൾക്കുറപ്പായിരുന്നു അത് അവരുടെ കുഞ്ഞുതന്നെയായിരുന്നുവെന്ന്.

എത്ര പറഞ്ഞിട്ടും അച്ഛൻ അവളുടെ ന്യായങ്ങൾ സമ്മതിച്ചുകൊടുക്കാൻ തയ്യാറായില്ല. ഒടുവിൽ ആ ചിത്രങ്ങൾ കണ്ട കണ്ണാടിയോടു പ്രിയയ്ക്ക് ദേഷ്യം തോന്നി. മേശപ്പുറത്തിരുന്ന കണ്ണാടി അവൾ ഭിത്തിയിലേക്ക് വലിച്ചെറിഞ്ഞു. ചേട്ടൻ രണ്ടു ദിവസം മുമ്പ് സമ്മാനിച്ച കക്കകളും ശംഖുകളും കൊണ്ടലങ്കരിച്ച മനോഹരമായ ഒരു കണ്ണാടിയായിരുന്നു അത്.

വർത്തമാനകാലത്തിലേക്ക് തിരിച്ചുവന്നപ്പോൾ പ്രിയ വീണ്ടും പറഞ്ഞു. “എനിക്ക് പുതിയ കണ്ണാടി വേണം.”

“എന്താ പ്രിയേ അവിടെ?”

കതകു തള്ളിത്തുറന്ന് അച്ഛൻ മുറിയിലേക്ക് കയറാൻ തുടങ്ങിയതാണ്. വാതിൽക്കൽവരെ ചിതറിക്കിടക്കുന്ന കണ്ണാടിക്കഷ്ണങ്ങൾ കണ്ട് അവിടെത്തന്നെ നിന്നു. കുറച്ചു മുമ്പു കണ്ട കണ്ണാടിച്ചിത്രത്തിലെ നിറഞ്ഞുതുളുമ്പുന്ന കണ്ണുകളും പാറയ്ക്കരികിലിരുന്ന് അട്ടഹസിച്ച അച്ഛനെയുമാണ് പ്രിയയ്ക്ക് പെട്ടെന്ന് ഓർമ വന്നത്.

അവളുറക്കെ വിളിച്ചു ചോദിച്ചു: ‘എന്നാലും അച്ഛാ, ചേട്ടായിയും അച്ഛനും അയാളും ചേർന്ന്... എന്നെ...” പറഞ്ഞുവന്നത് മുഴുമിക്കാനാവാതെ പ്രിയ വിങ്ങിക്കരഞ്ഞു.

“വേണ്ട. കരയണ്ട. ഇന്നുതന്നെ പുതിയ കണ്ണാടി വാങ്ങിത്തരാം.” ആരോ പറയുന്നത് പ്രിയ കേട്ടു.

അപ്പോഴേക്കും തലയണയിലേക്ക് മുഖം ചേർത്ത്, പുതിയ കണ്ണാടിയെക്കുറിച്ചുള്ള സ്വപ്നങ്ങൾ കണ്ടുകൊണ്ട് അവൾ ഉറക്കത്തിലേക്കിറങ്ങിപ്പോയിരുന്നു.

ആരോടെന്നില്ലാതെ ഉറക്കത്തിലും അവൾ പറയുന്നുണ്ടായിരുന്നു, “എനിക്ക് കണ്ണാടി വേണം. പുതിയ കണ്ണാടി...”

■

ശിവായം

ശിവ എന്തൊക്കെയോ പിറുപിറുക്കുന്ന ശബ്ദം കേട്ടാണ് ബാലു പനിക്കിടക്കയിൽനിന്ന് തല ഉയർത്തി നോക്കിയത്. ജനാലഴികളിൽ പിടിച്ചു വഴിയിലേക്കും മുറ്റത്തേക്കും അക്ഷമയായി നോക്കി എന്തൊക്കെയോ പറയുന്നു. ഇടയ്ക്കു തിരിഞ്ഞു ക്ലോക്കിലേക്കും നോക്കുന്നുണ്ട്. ബാലുവിന് കൗതുകമായി.

"എന്താ നീ ശിവേ പിറുപിറുക്കുന്നത്? വല്ല മന്ത്രവും ആണോ, ങേ?"

"ദേ ബാലേട്ടാ, കളി പറയാൻ കണ്ട ഒരു നേരം. മനുഷ്യനിവിടെ മുള്ളേൽ നിൽക്കുമ്പോഴാ." അവൾ ചോദിച്ചു.

"ഹ... നീ എന്തിനാടീ മുള്ളേൽ നിൽക്കുന്നത്? ഇങ്ങു വന്നെ, ചോദിക്കട്ടെ."

ബാലു പുതപ്പുനീക്കി കട്ടിലിൽ എഴുന്നേറ്റിരുന്നു. പനി കാരണം ഇന്ന് ലീവ് ആയിരുന്നു. ഉച്ചയ്ക്ക് ഇത്തിരി കഞ്ഞിയും മരുന്നും കഴിച്ചു മൂടിപ്പുതച്ചു കിടന്നതാണ്. ചെറുതായി വിയർത്തിട്ടുണ്ട്. പനി വിട്ടതാവണം.

ബാലു നോക്കിയപ്പോൾ ശിവ അതേ മട്ടിൽ നിൽക്കുകയാണ്.

"ശിവേ..." ബാലു വിളിച്ചു.

"ബാലേട്ടാ, സമയം നോക്കിക്കേ. എനിക്കാകെ പേടി തോന്നുന്നു." ശിവ ബാലുവിനെ നോക്കി പറഞ്ഞു.

"മണി മൂന്നേമുക്കാൽ, അതിനെന്തിനാ നീ പേടിക്കുന്നത്?" ബാലു ചിരിച്ചു.

"മൂന്നേമുക്കാൽ അല്ല, 3.50 ആയി."

"അതിനെന്താടീ ഭാര്യേ?"

"ബാലേട്ടാ, മോൾ വരേണ്ട സമയം കഴിഞ്ഞു. മൂന്നേമുക്കാൽ ആകുമ്പോൾ വരേണ്ടതാണ്." അവളുടെ ശബ്ദം ചിലമ്പിച്ചു.

“നീയതിന് എന്തിനാ ശിവേ ഇത്ര വിഷമിക്കുന്നത്? അഞ്ചു മിനിറ്റല്ലേ താമസിച്ചുള്ളൂ?” ബാലു അസ്വസ്ഥനായി.

ശിവ അത് കേട്ടതായിപ്പോലും തോന്നിയില്ല. ക്ലോക്കിലേക്ക് ഒരിക്കൽകൂടി നോക്കി അവൾ മുറ്റത്തേക്ക് ഇറങ്ങി. സംസാരം കേട്ടാവണം തൊട്ടിലിൽ കിടന്നു കുഞ്ഞു ചിണുങ്ങി.

“കുഞ്ഞുണർന്നു കേട്ടോ.” ബാലു വിളിച്ചുപറഞ്ഞു.

അവൾ അതേ നില്പാണ്. മെയിൻ റോഡിൽനിന്ന് വീട്ടിലേക്ക് അല്പം നീണ്ട ഒരു നടപ്പാത ഉണ്ട്. അതിന്റെ അങ്ങേ തലയ്ക്കൽ കണ്ണ് ഉറപ്പിച്ചാണ് നില്പ്. തൊട്ടിലാട്ടിക്കൊണ്ട് ബാലു ശിവയെ നോക്കി. വിരലുകൾ നിവർത്തിയും മടക്കിയും മുടി അഴിച്ചും കെട്ടിയും അവൾ അസ്വസ്ഥയാകുന്നതു ബാലു കണ്ടു.

“മോളേ ശിവേ, എന്താ ഇത്?” ബാലു മുറ്റത്തേക്ക് ഇറങ്ങിച്ചെന്നു.

അവൾ തിരിഞ്ഞപ്പോൾ അവൻ കണ്ടു, കണ്ണുകളിൽ നീര് പടരുന്നു, മൂക്ക് ചുവന്നിരിക്കുന്നു.

തൊട്ടിലിൽനിന്ന് കുഞ്ഞ് വാശിയോടെ കരഞ്ഞുതുടങ്ങി.

“നീ സമാധാനിക്കൂ. ഞാൻ പോയി നോക്കാം. ഈ കൈലി ഒന്ന് മാറ്റട്ടെ.”

“അതൊന്നും വേണ്ട. പോയി നോക്ക്.” അവളുടെ വാക്കുകൾക്ക് ആജ്ഞാശക്തി.

അയാൾ വഴിയിലേക്ക് നടന്നു. ഇടുങ്ങിയ പാതയുടെ ഇരുവശത്തും കറുത്ത നിഴൽ പരത്തി റബ്ബർമരങ്ങൾ നില്ക്കുന്നു. ശിവയുടെ മുഖം ഓർത്തപ്പോൾ ബാലു നടത്തത്തിന് വേഗം കൂട്ടി. റോഡിൽ എത്തിയിട്ടും മോൾ വരുന്ന വണ്ടിയുടെ ലക്ഷണം ഒന്നും കണ്ടില്ല. കുറച്ചു കഴിഞ്ഞു ശബ്ദം കേട്ട് തിരിഞ്ഞുനോക്കുമ്പോൾ കുഞ്ഞിനേയും എടുത്തു ശിവ വരുന്നു. ഓട്ടവും അല്ല നടപ്പും അല്ലാത്ത രീതിയിൽ ആണ് വരവ്.

“ഇതുവരെ വന്നില്ലേ. ഈശ്വരാ... ഇനി എന്ത് ചെയ്യും?” വാൻ വരേണ്ട ദിക്കിലേക്ക് നോക്കിക്കൊണ്ടാണ് ചോദ്യം.

“ഒന്ന് സമാധാനിക്കൂ എന്റെ ശിവേ. വണ്ടി ഏതെങ്കിലും ട്രാഫിക്കിൽപ്പെട്ട് പോയിട്ടുണ്ടാവും. നമ്മുടേത് അവസാന സ്റ്റോപ്പ് അല്ലേ. സമയം എടുത്തേക്കും.”

“ഒന്നും അറിയാതെയാ ബാലേട്ടൻ ഓരോന്നു പറയുന്നെ. ഇന്നുവരെ 3.50ലേറെ വാൻ താമസിച്ചിട്ടില്ല. ഇതിപ്പോ നാലു മണി കഴിഞ്ഞു.” ശിവ കയർത്തു.

“വണ്ടിക്കാരുടെ കൈയിൽ എന്റെ മൊബൈൽ നമ്പർ ഉണ്ടല്ലോ.

കാര്യമായ സംഭവം വല്ലതും ആണെങ്കിൽ അവർ വിളിച്ചു പറയും. അവർ രണ്ടുപേരില്ലേ വണ്ടിയിൽ?" ബാലു പറഞ്ഞു.

"അതാണ്, അതുതന്നെയാണ് എന്റെ പേടിയും. നമ്മുടേത് അവസാന സ്റ്റോപ്പ് ആണ്. എന്റെ കുഞ്ഞ് ഒറ്റയ്ക്കാവും വണ്ടിയിൽ. അവർ രണ്ടുപേരുണ്ട്."

ശിവയുടെ കണ്ണിൽനിന്നും നീർത്തുള്ളികൾ കവിളിലൂടെ ഒഴുകി വീണു. ബാലു ഞെട്ടലോടെ അവളെ നോക്കി. ശിവയുടെ ചിന്ത പോകുന്ന വഴികൾ അപ്പോഴാണ് അവന് വ്യക്തമായത്.

ദൂരെ വണ്ടിയുടെ ഹോൺ കേട്ടപ്പോൾ രണ്ടുപേരും അങ്ങോട്ട് തിരിഞ്ഞു. വണ്ടി നിൽക്കുംമുൻപേ തന്നെ "അച്ഛാ..." എന്ന വിളി കേട്ടു. വാൻ നിന്നപ്പോൾ ക്ലീനർ വാതിൽ തുറന്ന് ഇറങ്ങി, ചിരിയോടെ മോളെ എടുത്തു താഴെ നിർത്തി. പെട്ടെന്ന് ബാലുവിനെ തള്ളി മാറ്റി ശിവ മുന്നോട്ടു ചെന്നു.

"മോളെ എടുക്കരുതെന്ന് തന്നോട് ഞാൻ പറഞ്ഞിട്ടില്ലേ? പറഞ്ഞാൽ അതുപോലെ ചെയ്യാൻ ബുദ്ധിമുട്ടാണോ? ഇനി സ്കൂളിൽ വന്നു പരാതി പറയണോ?" അപ്രതീക്ഷിതമായ നീക്കത്തിലും ചോദ്യത്തിലും ബാലുവും പയ്യനും പതറി.

"അത്... പിന്നെ... ചേച്ചീ... മോൾ തീരെ കുഞ്ഞല്ലേ. ഇത്രയും പൊക്കം ഉള്ള വാനിൽനിന്നും ചാടിയിറങ്ങാൻ പറ്റില്ല, വീഴും. അതും പിന്നെ പരാതിയാകും." അയാൾ വിനയത്തോടെ പറഞ്ഞു.

"അതു സാരമില്ല. വീഴുന്നെങ്കിൽ വീണോട്ടെ. ചികിത്സിക്കാൻ ഞങ്ങൾ ഉണ്ട്. തന്നോട് പറയുന്നത് താൻ ചെയ്താൽ മതി."

ഇത്രയും പറഞ്ഞതും ശിവ മോളുടെ കൈയും പിടിച്ചു വെട്ടിത്തിരിഞ്ഞ് നടന്നുപോയി. ഒരു നിമിഷം എന്ത് ചെയ്യണമെന്നറിയാതെ നിന്ന ബാലു ആ പയ്യന്റെ തോളത്ത് ഒന്ന് തട്ടി വീട്ടിലേക്കു നടന്നു.

ഈയിടെയായി ശിവയ്ക്ക് ചില മാറ്റങ്ങൾ ഉള്ളതായി തോന്നിയിരുന്നു. ബാല്യത്തിലെ ചിരിക്കുടുക്കയിൽനിന്നും കൗമാരത്തിലെ കളിക്കൂട്ടുകാരിയിൽനിന്നും യൗവ്വനാരംഭത്തിലെ സൗമ്യയായ കാമുകിയിൽനിന്നും ശിവ ഒരുപാട് മാറിയിരിക്കുന്നു. അനാവശ്യ ചിന്തകൾ, ചോദ്യങ്ങൾ, കുറ്റപ്പെടുത്തലുകൾ, കരച്ചിലുകൾ തുടങ്ങി പതിവില്ലാത്ത കുറേ സംഭവങ്ങൾ വീട്ടിലെ സ്ഥിരം പരിപാടികൾ ആയിരിക്കുന്നു.

വീട്ടിൽ എത്തിയപ്പോൾ കണ്ട കാഴ്ച ബാലുവിനെ ഞെട്ടിച്ചു. കൊച്ചുകുഞ്ഞ് കട്ടിലിൽ കിടന്നു വാവിട്ടു കരയുന്നു. ശിവ അത് ശ്രദ്ധിക്കാതെ മോൾടെ കൈകാലുകളും മുഖവും ശരീരവുമെല്ലാം

പരിശോധിക്കുകയാണ്. എന്താ ഈ പാട്, എന്താ പുറത്തൊരു നിറം മാറ്റം എന്നൊക്കെയുള്ള ചോദ്യങ്ങളും. ഒരു സ്ഥിരം ചോദ്യോത്തര പരിപാടിപോലെ മോളും അശ്രദ്ധമായി അതിനെല്ലാം എന്തൊക്കെയോ മറുപടി പറയുന്നുണ്ട്. കുഞ്ഞിന്റെ കരച്ചിൽ ഉച്ചസ്ഥായിയിൽ ആയിട്ടും ശിവ അറിയുന്നില്ല.

“വിശക്കുന്നു അമ്മേ, കഴിക്കാനെന്താ?” മോൾ തുള്ളിക്കളിച്ച് അടുക്കളയിലേക്കോടി.

“എടീ അവിടെ നിൽക്ക്, ചോദിക്കട്ടെ.”

ശിവ മോളുടെ പുറകെ അടുക്കളയിലേക്കു നടന്നു. അവർ അറിയാതെ പിന്നാലെ ബാലുവും.

മേശപ്പുറത്തിരുന്ന പലഹാരത്തിലേക്ക് നീട്ടിയ മോളുടെ കൈക്കിട്ട് ഒരു കൊട്ട് കൊടുത്തു ശിവ. അവളെ തനിക്കഭിമുഖമായി പിടിച്ചു നിർത്തി.

“ഇന്ന് സ്കൂളിൽ എന്തൊക്കെയാ നടന്നത്, പറ, കേൾക്കട്ടെ.”

പലഹാരത്തിലേക്ക് കൊതിയോടെ നോക്കി മോൾ ചൂണ്ടുവിരൽ കവിളത്ത് അമർത്തി ഓർത്തു.

“ആ.... അമ്മേ, എനിക്കിന്ന് സ്കൂളിൽ വെച്ച് വയറുവേദന വന്നു.”

“അതെന്തു പറ്റി? നീ വേറെ ഏതെങ്കിലും കുട്ടികളുടെ ആഹാരം വാങ്ങി കഴിച്ചു കാണും.”

“അതല്ല അമ്മേ. ഇന്ന് അമ്മ യൂണിഫോമിന്റെ പാവാടയും ബെൽറ്റും മുറുക്കിയാണ് ഇട്ടിരുന്നത്. ക്ലാസ്സിലിരുന്നു കരഞ്ഞ എന്റെ യൂണിഫോം സാറാണ് ശരിക്ക് ഇട്ടുതന്നത്.”

“ഏ സാറോ? ഏതു സാറ്?”

“മധുസാറ്. സാറിന്റെ ക്ലാസ്സിൽ ഇരുന്നപ്പോഴാ എനിക്ക് വേദന വന്നത്. ഞാൻ പറഞ്ഞിട്ടാ സാറ് യൂണിഫോം ശരിയാക്കിയത്. അപ്പൊ വയറുവേദനയും പോയി.”

“നിനക്ക് നിന്റെ ക്ലാസ് ടീച്ചറിനോട് പറയാൻ മേലാരുന്നോ? അവൾ സാറിനെക്കൊണ്ട് യൂണിഫോം ഇടീക്കാൻ നടക്കുന്നു. എന്നിട്ട് സാർ എന്ത് ചെയ്തു? സാറ് നിന്റെ ദേഹത്ത് എവിടെയൊക്കെ പിടിച്ചു? പറയെടീ... ഇവിടെ പിടിച്ചോ... ഇവിടെയോ?”

ചോദ്യത്തോടൊപ്പം ശിവ മോളുടെ കൈയിലും പുറത്തും ആഞ്ഞുതല്ലാനും തുടങ്ങിയിരുന്നു. ഉറക്കെ കരഞ്ഞുകൊണ്ട് ഓടിവന്ന മോളെ വാരിയെടുത്ത് ബാലു നെഞ്ചോട് ചേർത്തു.

“ഇവൾ പറഞ്ഞത് കേട്ടിട്ട് അനങ്ങാതെ നില്ക്കുവാ” എന്നൊരു

ചോദ്യത്തോടെ ശിവ കുഞ്ഞിന്റെയടുത്തേക്ക് ചവുട്ടിത്തുള്ളി നടന്നു പോയി.

"എന്തിനാ അച്ഛാ അമ്മ എന്നെ അടിച്ചേ?" എന്ന് ഏങ്ങലടിച്ചു കരയുന്ന മകളോട് എന്ത് പറയണമെന്നറിയാതെ ബാലു നിന്നു.

"ഈശ്വരൻ എന്തിനാണ് എന്നോട് ഈ ചതി ചെയ്തത്? തന്നത് രണ്ടു പെണ്മക്കളെ ജീവിതത്തിന്റെ സമാധാനം മുഴുവൻ പോയില്ലേ?"

ആരോടെന്നില്ലാതെ ശിവ പരാതി പറയുകയാണ്. കല്യാണത്തിന്റെ ആദ്യനാളുകളിൽ ഒരു പെൺകുഞ്ഞിനു വേണ്ടിയുള്ള തന്റെ ആഗ്രഹത്തെപ്പറ്റി ശിവ എത്രയോ തവണ തന്നോട് പറഞ്ഞിട്ടുണ്ടെന്ന് ബാലു ഓർത്തു. കരച്ചിലടങ്ങിയപ്പോൾ മോൾ തന്നെ അടുക്കളയിൽപ്പോയി പലഹാരം എടുത്തു കഴിക്കാൻ തുടങ്ങി.

ബാലു മെല്ലെ മുറ്റത്തേക്കിറങ്ങി. ജോലിത്തിരക്കിനിടയിൽ കൺമുന്നിൽ നടന്ന പലതും കാണാതെ പോയതായി അവനു തോന്നി. മുറ്റത്തെ ചെടിച്ചട്ടികളിലേക്ക് നോക്കിയ ബാലു ഞെട്ടി. എല്ലാ ചെടികളും കരിഞ്ഞുണങ്ങിപ്പോയിരിക്കുന്നു. കുഞ്ഞുങ്ങളെപ്പോലെ ശിവ പരിപാലിച്ചിരുന്ന ചെടികളായിരുന്നു അവയെല്ലാം. നിറയെ പൂക്കളും തളിരിലകളും ആയി നിന്നിരുന്നവ ഓർമപോലും അവശേഷിപ്പിക്കാതെ വാടിക്കരിഞ്ഞുപോയിരിക്കുന്നു. തന്റെ ജീവിതത്തിന്റെ പച്ചപ്പാണ് നഷ്ടപ്പെട്ടുപോയത് എന്ന് ബാലുവിന് തോന്നി. വെള്ളവും വളവും സ്നേഹവും സുരക്ഷയും കൊടുത്തു താൻ പരിപാലിക്കേണ്ടിയിരുന്ന ഒരു വസന്തമാണ് കൊടുംവേനലിൽ പെട്ടുപോയ പാഴ്ചെടിയെപ്പോലെ കരിഞ്ഞുണങ്ങിപ്പോയത്. വീടിനുള്ളിൽനിന്ന് മുറുമുറുക്കലും എന്തൊക്കെയോ എടുത്തെറിയുന്ന ശബ്ദവുമൊക്കെ കേട്ടു. കൂട്ടത്തിൽ കുഞ്ഞുങ്ങളുടെ കരച്ചിലും.

തൊട്ടടുത്ത വീടുകളിൽനിന്നു സന്ധ്യാപ്രാർത്ഥനയും നാമജപവും കേട്ടു തുടങ്ങിയപ്പോൾ അവൻ വീടിനുള്ളിലേക്ക് കയറി. അപ്പോഴേക്കും രംഗം ഏറക്കുറെ ശാന്തമായിരുന്നു. അത്താഴം ഒരുക്കുന്ന തിരക്കിലാണ് ശിവ. ഇളയ മകളെ കിലുക്കാംപെട്ടി കൊട്ടി കളിപ്പിക്കുകയാണ് മൂത്തമകൾ. ബാലു പതിയെ അടുക്കളയിലേക്കു കടന്നു. രാത്രിയും കഞ്ഞി മതിയെന്നവൻ പറഞ്ഞിരുന്നു. കഞ്ഞിക്കു കൂടെക്കൂട്ടാൻ ചമ്മന്തി അരച്ചെടുത്ത് വെച്ചിരിക്കുന്നു. പപ്പടം കാച്ചുന്ന തിരക്കിലാണ് ശിവ.

മെല്ലെ പിന്നിലൂടെ ചെന്ന് അവളുടെ വയറിനു മുകളിലൂടെ കൈകൾ കോർത്ത് അടുപ്പിച്ചു നിർത്തി.

"കൈയെടുക്കു ബാലേട്ടാ" എന്ന താക്കീതോടെ അവൾ കൈ വിടർത്തി മാറി.

പണ്ട് ഇത്തരം കുസൃതികളൊക്കെ കുണുങ്ങിച്ചിരിച്ചുകൊണ്ട് അവൾ ആസ്വദിച്ചിരുന്നു.

ഒരു പപ്പടം എടുത്തു കടിച്ച് അവൻ വീണ്ടും അവളുടെ പിന്നാലെ നീങ്ങി.

"തിണ്ണയിൽ പോയിരിക്ക് ബാലേട്ടാ. ഇതെന്താ പതിവില്ലാത്ത ഒരു മട്ട്."

മയമില്ലാത്ത അവളുടെ നോട്ടവും സംസാരവും കണ്ടു ബാലു പിന്മാറി. ശരിയാണ്, പതിവില്ലാത്തതാണ്. ഇതുപോലെ ഈ സമയം വീട്ടിലുണ്ടാവാറില്ല. വർഷങ്ങളായി അത്താഴം എടുക്കുമ്പോഴാണ് വരവ്. അതുവരെ കൂട്ടുകാരുമായി സൊറ പറഞ്ഞ് ആൽത്തറയിൽ ഇരിക്കും. അല്ലെങ്കിൽ വേണുച്ചേട്ടന്റെ കവിതയും കേട്ട് വായനശാലയിൽ. ഇവരെ മറന്നിട്ടല്ല. സ്നേഹമില്ലാഞ്ഞിട്ടുമല്ല. പക്ഷേ കൂട്ടുകാർ തരുന്ന സന്തോഷം വേറെതന്നെ. അതിനിടയിൽ ഇവരെ ഞാൻ ശ്രദ്ധിക്കാതെ പോയോ? സ്നേഹം പ്രകടിപ്പിക്കാൻ, കൂടെ നടക്കാൻ മറന്നുവോ?

ബാലു കുഞ്ഞുങ്ങളുമായി കളിക്കുമ്പോഴാണ് ശിവയുടെ വരവ്. തറയിൽ മലർന്നു കിടക്കുന്ന ബാലുവിന്റെ നെഞ്ചിലായിരുന്നു മൂത്ത മകൾ. പാഞ്ഞുവന്ന ശിവ അവളെ ഒരു കൈയിൽ തൂക്കിയെടുത്ത് കട്ടിലിലേക്കിട്ടു. കത്തുന്ന കണ്ണുകളോടെ ബാലുവിനെ നോക്കി തിരിച്ചുപോയി. അവനാകെ വല്ലായ്മ തോന്നി. എന്താണിവളുടെ മനസ്സിൽ?

രാത്രിയിൽ മേലുകഴുകി കിടക്കാൻ ചെന്നപ്പോഴേക്കും ശിവയും കുട്ടികളും കിടക്കയിലായിരുന്നു. അമ്മയോട് പിണങ്ങി മൂത്തവൾ തന്റെ തലയണയും കെട്ടിപ്പിടിച്ചിരിപ്പുണ്ട്.

"ഞാൻ ഇന്ന് അച്ഛന്റെ കൂടെയാ കിടക്കുന്നേ. അമ്മയോട് കൂട്ടില്ല." അവൾ പ്രഖ്യാപിച്ചു.

ചിരിച്ചുകൊണ്ട് അവളെ എടുത്തു മടിയിലിരുത്തിക്കൊണ്ട് ബാലു പറഞ്ഞു, "ഇന്ന് നമ്മൾ രണ്ടും കെട്ടിപ്പിടിച്ചു കിടന്നുറങ്ങും. അച്ഛനും അമ്മയോട് കൂട്ടില്ല."

അവളുടെ കുഞ്ഞുമുഖത്ത് ചിരി നിറഞ്ഞു. സന്തോഷത്തോടെ അവൾ തലയിണയിലേക്ക് ചാഞ്ഞു.

"എഴുന്നേറ്റ് അപ്പുറത്ത് പോയി കിടക്കെടീ." ശിവയുടെത് ഒരു അലർച്ചയായിരുന്നു.

"അവൾ ഇന്ന് ഇവിടെ കിടന്നോട്ടെ ശിവേ."

"വേണ്ട."

അതും പറഞ്ഞു കുട്ടികളെ ഭിത്തിക്കരികിലേക്ക് മാറ്റിക്കിടത്തി അവൾ ഇടയ്ക്കു കയറി കിടന്നു.

മകളുടെ അമർത്തിയ തേങ്ങൽ ബാലുവിന്റെ നെഞ്ചിൽ നീറിപ്പടർന്നു. തങ്ങളുടെ ഇടയ്ക്കുറങ്ങിയിരുന്ന കുഞ്ഞുങ്ങളെ ശിവ എപ്പോഴോ തന്നിൽനിന്ന് അകത്തിക്കിടത്തിത്തുടങ്ങിയിരുന്നുവെന്ന് അപ്പോഴാണ് ബാലു ശ്രദ്ധിച്ചത്. അവന് ഉറങ്ങാൻ കഴിഞ്ഞില്ല. ജനലരികിൽ ചെന്ന് അവൻ പുറത്തേക്ക് നോക്കി നിന്നു. ഒന്നും കാണുന്നില്ല, കൂരിരുട്ട്; നിലാവിന്റെ ഒരു തുണ്ട് പോലുമില്ല. ആ ഇരുട്ട് ജനലഴികൾക്കിടയിലൂടെ മുറിക്കുള്ളിലേക്കും മനസ്സിലേക്കും തന്റെ ജീവിതത്തിലേക്കും പടർന്നു കയറുന്നതുപോലെ ബാലുവിന് തോന്നി.

രാവിലെ ശിവ ഉണർന്നത് മുതൽ ബാലു അവളെ ശ്രദ്ധിക്കുകയാണ്. അവളുടെ പ്രവൃത്തികൾ... അവളുടെ ഭാവം... എല്ലാം. ഒരു യന്ത്രംപോലെ ജോലിചെയ്യുന്ന ശിവയെയാണ് അവൻ കണ്ടത്. എന്തോ വലിയ ചിന്തകളിലാണ് ഇപ്പോഴും. രാവിലെയുള്ള പ്രാർത്ഥനയോ കുളിയോ വിളക്ക് കത്തിക്കലോ ഒന്നും ഉണ്ടായില്ല. അടുക്കളയിൽ എന്തൊക്കെയോ ധൃതിയിൽ ചെയ്യുന്നു. ഇടയ്ക്കിടെ കൺകോണിലൂടെ സംശയമുനകൾ തനിക്കു നേരെ നീണ്ടുവരുന്നത് ബാലു കണ്ടു. മക്കൾ കിടക്കുന്ന മുറിയിൽ താൻ കയറുമ്പോഴെല്ലാം അവൾ പതുങ്ങി വന്നു നോക്കുന്നുണ്ട്.

അവളുടെ നീക്കങ്ങളുടെ പൊരുൾ അറിയണമെന്ന് തീരുമാനിച്ച് അവൻ മെല്ലെ അവളുടെയടുത്തേക്ക് നടന്നു. ഗ്ലാസിലേക്ക് പകർന്ന ചായ ഒരു ഗ്ലാസെടുത്ത് അവൻ അടുക്കളവാതിലിലെ അരമതിലിലേക്ക് കയറിയിരുന്നു. ചൂട് ചായ ഒന്ന് മൊത്തി ഗ്ലാസ് താഴെ വെച്ച് കാലുകൾ ആട്ടി അവിടെയിരുന്നു.

ശിവ ആകെ അസ്വസ്ഥയായി. ചലനങ്ങളിൽ അനാവശ്യ പിരിമുറുക്കവും ധൃതിയും. വെള്ളിത്തടാകങ്ങൾപോലെയുള്ള കണ്ണുകളിൽ തലങ്ങും വിലങ്ങും ഓടുന്ന ഞരമ്പുകൾക്കു കടുംചുവപ്പ് നിറം. നെറ്റിത്തടം നിറയെ വിയർപ്പുമണികൾ. വിറപടരുന്ന വിരലുകൾ.

അവൻ പെട്ടെന്ന് അവളുടെ കൈകളിൽ പിടിച്ചു. മുഖമുയർത്താതെ എന്തോ തെറ്റ് കണ്ടുപിടിക്കപ്പെട്ട കുഞ്ഞിന്റെ ഭാവത്തിൽ ശിവ നിന്നു.

“എന്താ മോളേ?” ബാലു ശബ്ദം താഴ്ത്തി ചോദിച്ചു.

“ഇല്ല. ഒന്നുമില്ല.” അവൾ പറഞ്ഞു. അവളുടെ കൈകൾ കൂടുതൽ വിറകൊള്ളുന്നത് അവനറിഞ്ഞു.

"എന്താ പ്രശ്നം? ഏട്ടനോട് പറയ്." അവളെ തന്നിലേക്കടുപ്പിച്ച് ബാലു ചോദിച്ചു.

ഒന്നുമില്ല. എന്ന് അവളുടെ ചുണ്ടുകൾ അനങ്ങുന്നതുമാത്രം അവൻ കണ്ടു.

"അല്ല എന്തോ ഉണ്ട്. എന്താ നിന്റെ മനസ്സിൽ. എന്നോടല്ലാതെ ആരോടാ നീയത് പറയ്യ?"

"അത്... പിന്നെ..."

"പിന്നെ? ശിവേ... എല്ലാ പ്രശ്നങ്ങൾക്കും പരിഹാരമുണ്ട്. പക്ഷേ പ്രശ്നം അറിയാതെ ഏട്ടനെങ്ങനെ നിന്നെ സഹായിക്കും?"

"ഈ പ്രശ്നത്തിന് പരിഹാരമില്ല." അവളുടെ ശബ്ദത്തിലെ ഗൗരവം അവനറിഞ്ഞു.

"എന്റെ പ്രശ്നം എന്റെ പെൺകുഞ്ഞുങ്ങളാണ്. ആരുടെ കൈയിലാണ് അതിനു പരിഹാരമുള്ളത്?"

ഒന്നും മനസ്സിലാവാതെ ബാലു അവളെ നോക്കിയിരുന്നു.

"എനിക്ക് ഉണ്ണാനും ഉറങ്ങാനും പറ്റുന്നില്ല. എന്റെ കുഞ്ഞുങ്ങളുടെ പുറകെയാണ് എന്റെ കണ്ണുകൾ. കൺമുന്നിൽ ഇല്ലാത്ത ഓരോ നിമിഷവും അവർക്കൊപ്പമാണ് എന്റെ മനസ്സ്. അവരെ കൊത്തിപ്പറിക്കാൻ തക്കം പാർത്തിരിക്കുകയാണ് നിങ്ങളെല്ലാം."

അവളുടെ ശൗര്യവും ഭാവവും കണ്ടു ബാലുവിന് പേടിയായി. വേറെ ഏതോ ഒരു സ്ത്രീ തന്നോട് എന്തൊക്കെയോ പുലമ്പുന്നതുപോലെ. അകലെ എവിടെയോ നിന്നു കേൾക്കുന്ന വ്യക്തമാകാത്ത എന്തോ പ്രതിധ്വനി പോലെയായിരുന്നു അവളുടെ ശബ്ദം. പക്ഷേ, 'നിങ്ങളെല്ലാം' എന്ന ആ പദം അവനെ വല്ലാതെ നോവിച്ചു. ആരുടെയൊക്കെയോ കൂടെ അവൾ തന്നെയും കൂട്ടിയിരിക്കുന്നു.

ഇടംകൈയിൽ ഇരുന്ന കുപ്പിഗ്ലാസ് അവൾ അരമതിലിലേക്ക് ആഞ്ഞെറിഞ്ഞു. വെള്ളിമുത്തുകൾപോലെ അത് ചിന്നിച്ചിതറി.

"സ്വന്തം ചോരയിൽ പിറന്ന കുഞ്ഞുങ്ങളെപ്പോലും നിങ്ങൾ വെറുതെ വിടില്ല. മൃഗങ്ങൾ! ഞാനിവരെ എവിടെ കൊണ്ട് ഒളിപ്പിക്കും? ഇവർ ജനിക്കാതിരുന്നിരുന്നെങ്കിൽ..." അത് പറഞ്ഞപ്പോഴേക്കും അവളുടെ സ്വരം നേർത്ത് ഒരു കരച്ചിലോളം ആയിരുന്നു.

അവളെ പിടിച്ചിരുന്ന കൈകൾ ബാലു പിൻവലിച്ചു. അവളുടെ ഓരോ പ്രവൃത്തിയുടെയും കാരണങ്ങൾ അവനു വ്യക്തമായി. ശിവയുടെ വിശ്വാസം നേടിയെടുക്കാൻപോലും തനിക്കായില്ല എന്നുള്ള അറിവ് അവനെ തളർത്തി. പക്ഷേ ഇപ്പോൾ നിശ്ശബ്ദനായാൽ തന്റെ പ്രിയപ്പെട്ടതെല്ലാം നഷ്ടപ്പെടും എന്ന് അവനറിയാമായിരുന്നു. അവളുടെ തോന്നലുകളെ തന്റെ മൗനം ശരിവെക്കും.

എന്തുവേണം എന്നാലോചിച്ച് ശിവയെയും കൂട്ടി അവൻ അകത്തേക്ക് നടന്നു. ഒന്ന് പിൻവലിഞ്ഞുവെങ്കിലും അവൾ കൂടെ നടന്നു. മൂത്തമകൾ ഉറക്കമുണർന്ന് എഴുന്നേൽക്കുന്നതാണ് അവർ കണ്ടത്. കൈകൾ കൂപ്പി പ്രാർത്ഥിച്ചു, ഭൂമിദേവിയെ തൊട്ടു നമസ്കരിച്ച് അവൾ കട്ടിലിൽനിന്നും ഇറങ്ങുന്നു.

“ശിവേ, നീ കണ്ടോ മോൾ എന്താണ് ചെയ്തത് എന്ന്. അത് ഞാനാണ് അവളെ പഠിപ്പിച്ചത്. ഭൂമി അമ്മയാണ്, ദേവിയാണ് എന്ന ചിന്ത ഉള്ള എന്നെ നീ പേടിക്കണോ? നമ്മുടെ മക്കൾ പേടിക്കണോ? ഞാനുള്ളപ്പോൾ നീ ആരെയാണ് ഭയക്കുന്നത്?”

ശിവയുടെ കണ്ണുകൾ മഴപോലെ പെയ്തുകൊണ്ടിരുന്നു.

“ശരിയാണ്. നീ പറഞ്ഞതെല്ലാം ശരിയാണ്. അമ്മമാരുടെ ഉറക്കം നഷ്ടപ്പെടുന്ന വാർത്തകൾ നമ്മൾ കേൾക്കുന്നുണ്ട്. ആരെയും വിശ്വസിക്കാൻ നമുക്ക് കഴിയില്ല. പക്ഷേ നീ ഓർക്കാതെ പോയ ഒന്നുണ്ട്. അച്ഛനും ഉണ്ട് ഒരു മനസ്സ്. അമ്മമാരോടൊപ്പംതന്നെ പെൺകുഞ്ഞുങ്ങളെ കരുതുന്ന ഒരു മനസ്സ് ഞങ്ങൾക്കും ഉണ്ട്.”

“എന്താ അച്ഛാ അമ്മ കരയുന്നേ” എന്ന് ചോദിച്ച് ഉറക്കച്ചടവോടെ എത്തിയ മകളെ ബാലു കൈയിലെടുത്തു.

“ഒന്നൂല്ലെടാ... ഒന്നൂല്ല. പേടിക്കേണ്ട കേട്ടോ.” രണ്ടുപേരോടുമായി അവൻ പറഞ്ഞു.

മോൾ ബാലുവിന്റെ തോളത്തേക്ക് ചാഞ്ഞു. ശിവയുടെ കൈകളും തന്നെ ചുറ്റുന്നത് ബാലു അറിഞ്ഞു. അപ്പോൾ, കട്ടിലിൽ ഉറങ്ങുന്ന കൊച്ചുമകളുടെ മുഖത്ത് ഏതോ സ്വപ്നത്തിന്റെ ആഴത്തിൽ ഒരു പുഞ്ചിരി തെളിഞ്ഞത് ബാലുവും ശിവയും സന്തോഷത്തോടെ നോക്കി നിന്നു. തുറന്നു കിടന്ന ജനാലയിലൂടെ വന്ന തണുത്ത കാറ്റിനൊപ്പം മുറിക്കുള്ളിലേക്ക് ഇളവെയിൽ കതിരുകൾ സ്വർണപ്പൂക്കൾ വിതറി.

■

www.ingramcontent.com/pod-product-compliance
Lightning Source LLC
LaVergne TN
LVHW040820051026
849519LV00007BA/2686
* 9 7 8 9 3 4 8 1 2 5 2 5 5 *